கருவளையும் கையும்
கு.ப.ரா. கவிதைகள்

கருவளையும் கையும்

கு.ப.ரா. கவிதைகள்

கு.ப. ராஜகோபாலன் (1902–1942)

கு.ப.ரா. என அறியப்படும் கு.ப. ராஜகோபாலன் நவீன தமிழின் முன்னோடிப் படைப்பாளிகளில் ஒருவர். தெலுங்கு பிராமணர். கர்ணகம்மா பிரிவைச் சேர்ந்தவர். பெற்றோர்: பட்டாபிராமய்யர், ஜானகியம்மாள். சகோதரிகள் இருவர். அக்கா ராஜம்மாள். தங்கையாகிய கு.ப. சேது அம்மாளும் எழுத்தாளர்.

திருச்சியில் இண்டர்மீடியட்வரை படித்த கு.ப.ரா., கும்பகோணம் அரசு கல்லூரியில் பி.ஏ. பயின்றார்.

ந.பிச்சமூர்த்தி கு.ப.ரா.வின் பக்கத்து வீட்டுக்காரர். கல்லூரியிலும் ஒரே சமயத்தில் பயின்றவர்கள். இருவரும் எழுத ஆரம்பித்த பிறகு ‘இரட்டையர்கள்’ எனக் குறிப்பிடப்பட்டனர்.

துணைவியார் சுப்பலட்சுமி என்கிற அம்மணி அம்மாள். மகன்கள் மூவர்: பட்டாபிராமன், ராஜாராமன், கிருஷ்ணமூர்த்தி. கு.ப.ரா. இறந்த சில ஆண்டுகளிலேயே அவரது மனைவியும் இளைய மகன்கள் இருவரும் இறந்தனர். மூத்த மகன் பட்டாபிராமன் சில ஆண்டுகளுக்கு முன் இறந்தார். மகன்கள் எவரும் திருமணம் செய்துகொள்ளவில்லை.

பத்தாண்டுகள் அரசுப் பணியாற்றினார். கண்புரை நோயின் காரணமாக வேலையில் தொடர இயலவில்லை.

சுதந்திரச் சங்கு, *காந்தி*, *மணிக்கொடி* உள்ளிட்ட இதழ்களில் எழுதினார். *தமிழ்நாடு* இதழில் உதவியாசிரியராகப் பணியாற்றினார். 1937இல் குடும்பத்தோடு சென்னையில் குடியேறினார். பின் கும்பகோணத்திற்கே திரும்பி ‘மறுமலர்ச்சி நிலையம்’ என்னும் பெயரில் புத்தக விற்பனை நிலையம் தொடங்கினார்.

காங்கரின் என்னும் நோயால் பாதிக்கப்பட்டு 1944ஆம் ஆண்டு ஏப்ரல் 27ஆம் நாள் காலமானார்.

(விரிவான வாழ்க்கைக் குறிப்பு பின்னிணைப்பில் உள்ளது)

பெருமாள்முருகன் (பி. 1966)

பதிப்பாசிரியர்

படைப்புத் துறைகளில் இயங்கிவருபவர். அகராதியியல், பதிப்பியல், மூலபாடவியல் ஆகிய கல்விப்புலத் துறைகளிலும் ஈடுபாடுள்ளவர்.

கருவளையும் கையும்
கு.ப.ரா. கவிதைகள்

பதிப்பாசிரியர்
பெருமாள்முருகன்

காலச்சுவடு பதிப்பகம்

● *அன்பார்ந்த வாசகருக்கு,*

வணக்கம்.

காலச்சுவடு நூலை வாங்கியமைக்கு நன்றி.

நூலின் உள்ளடக்கம், உருவாக்கம், அட்டைப்படம் இன்ன பிற அம்சங்கள் பற்றிய உங்கள் கருத்துகளையும் ஆலோசனைகளையும் காலச்சுவடு வரவேற்கிறது. தகவல், எழுத்து, வாக்கியப் பிழைகள் தென்பட்டால் கட்டாயம் தெரிவித்து உதவுங்கள். நூல் தயாரிப்பில் கடும் குறைபாடு இருப்பின் மாற்றுப் பிரதி உங்களுக்குக் கிடைக்கக் காலச்சுவடு ஏற்பாடு செய்யும்.

மின்னஞ்சல்: **publisher@kalachuvadu.com**

காலச்சுவடு நாகர்கோவில் தலைமையகத்துக்கும் கடிதம் அனுப்பலாம்.

தங்கள்
எஸ்.ஆர். சுந்தரம் (கண்ணன்)
பதிப்பாளர் — நிர்வாக இயக்குநர்

கருவளையும் கையும் கு.ப.ரா. கவிதைகள் ✳ பதிப்பாசிரியர்: பெருமாள்முருகன் ✳ பதிப்பும் அமைப்பும் © பெருமாள்முருகன் ✳ முதல் பதிப்பு: ஆகஸ்ட் 2022, இரண்டாம் (குறும்) பதிப்பு: அக்டோபர் 2022 ✳ வெளியீடு: காலச்சுவடு, 669, கே.பி. சாலை, நாகர்கோவில் 629001

karuvaLaiyum kaiyum ku.pa.raa. kavitaikaL ✳ Edited by: Perumal Murugan ✳ Compilation, editorial format and arrangement © Perumal Murugan ✳ Language: Tamil ✳ First Edition: August 2022, Second (Short) Edition: October 2022 ✳ Size: Demy 1 x 8 ✳ Paper: 18.6 kg maplitho ✳ Pages: 104

Published by Kalachuvadu 669, K.P. Road, Nagercoil 629001, India ✳ Phone: 91-4652-278525 ✳ e-mail: publications@kalachuvadu.com ✳ Printed at: Adyar Students xerox Pvt. Ltd., No. 275 Habibullah Road, Triplicane high Road, Opp Triplicane Post Office, Triplicane, Chennai 600005

ISBN: 978-93-5523-178-9

பொருளடக்கம்

பதிப்புரை: புதுக்கவிதை முன்னோடி கு.ப.ரா.		9
ஆய்வுரை: 'இசைக்கு மிஞ்சின இன்பம்'		23
கட்டுரை: வசன கவிதை		35

கவிதைகள்

1. கவிதை	41
2. கருவளையும் கையும்1: பெண்மையின் பிறவி ரகசியம்	42
(அ) பெண்மையின் பிறவி ரகசியம்	43
3. கருவளையும் கையும் 2: காரணம்?	44
(அ) ஏன்?	45
4. கருவளையும் கையும் 3	46
(அ) சதையை மீறியது	47
5. கருவளையும் கையும் 4	48
(அ) எப்பொழுது?	49
6. கருவளையும் கையும் 5	50
7. கருவளையும் கையும் 6	51
8. கருவளையும் கையும் 7	52
(அ) இடைவேளை உருவம்	53
9. கருவளையும் கையும் 8	54
10. மாங்கனிச் சுவைப்பு	55
11. புத்த பகவான்	56
(அ) புத்தனுக்கு	57
12. நண்பனுக்கு	58

13. கேள்வி	59
(அ) என்னதான் பின்?	60
14. கவிதைக்கு	61
(அ) தலைவியின் தேர்தல்	62
15. விமோசனப் பள்ளு	63
16. ராக்கி நெனப்பு	64
(அ) "ராக்கி நெனப்பு"	66
17. கடற்கரைப் பெண்	68
18. வாழ்க்கை	70
19. வாழ்க்கை வழி	72
20. விரகம்	73
21. பொன் ஏர்	74
(அ) ஏர் புதிதா?	75
22. யோகம் கலைதல்	76
23. கவிதைப் பெண்ணுக்கு	77
24. உரம்	78
25. கவி	79
26. எதற்காக?	80
27. வேறோர் உருவம்	81
28. பொங்கல்	82
29. விடுதலை	83
30. கருவளையும் கையும் 9	84
31. உயிர்தரிசனம்	85

பின்னிணைப்புகள்

1. கவிதைகள்: வெளியீட்டு விவரம்	89
2. கவிதைகள்: முந்தைய தொகுப்புகளில் இடம்பெற்ற விவரம்	95
3. வாழ்க்கைக் குறிப்பு	98
அருஞ்சொல் அகராதி	100
தலைப்பகராதி	101

பதிப்புரை

புதுக்கவிதை முன்னோடி
கு.ப.ரா.

கு.ப.ராஜகோபாலன் (கு.ப.ரா.) தம் மாணவப் பருவத்திலேயே கவிதைகள் எழுதத் தொடங்கியுள்ளார். '1921ஆம் வருஷத்தில் ராஜகோபாலன் கும்பகோணம் காலேஜில் சேர வந்த பொழுது ஒரு நோட்டுப் புஸ்தகம் கொண்டு வந்திருந்தான். அவ்வளவும் கவிதைகள்' (ந.பிச்சமூர்த்தி கட்டுரைகள், ப.87) என்று ந.பிச்சமூர்த்தி குறிப்பிடுகிறார். தொடக்கத்தில் ஆங்கிலத்தில்தான் எழுதியுள்ளார். கும்பகோணம் அரசு கல்லூரியில் இருவரும் பயின்றபோது அங்கே செயல்பட்டுவந்த 'ஷேக்ஸ்பியர் சங்கம்' என்னும் அமைப்பின் கூட்டத்தில் கு.ப.ரா. தம் கவிதைகளை வாசித்திருக்கிறார். '(ஷேக்ஸ்பியர் சங்கத்தில்) கு.ப.ரா. தன் கவிதைகளையே படித்து வந்தான். அவைகளிற் பல பின்னர்ப் புனர்ஜன்மம் எடுத்துத் தமிழில் வந்துவிட்டன. மறுஜன்மம் எடுக்காமல் சில அதே நோட்டுப் புத்தகத்தில் இருக்கின்றன' என்பது ந.பிச்சமூர்த்தி (மேலது, ப.87) கூற்று. கு.ப.ரா.வின் எழுத்து வாழ்க்கை கவிதையில்தான் தொடங்கியது.

'மணிக்கொடி'யின் 02-09-1934 இதழில் ஒருபக்கம் கவிதைக்கென ஒதுக்கப்பட்டு அப்பகுதிக்கு 'அவள் வரும் நேரம்' எனப் பொதுத்தலைப்பு இடப்பட்டுள்ளது. கவிதையைப்

பெண்ணாக உருவகித்த தலைப்பு. 'கவிதை உருவாகும் பொழுதைப்' பற்றிய கவிதைகளைத் தரும் பகுதியாக அது அமைந்திருந்தது. அப்பகுதியில் சிறுகுறிப்புடன் பாரதிதாசனின் 'கவிதைக் காதலி' ('தமிழ்க் காதல்' என்னும் தலைப்பில் அவரது தொகுப்பில் உள்ள கவிதை), பாரதியாரின் 'கன்னிக் கவிதை' ('மூன்று காதல்' தலைப்பிலான கவிதையிலிருந்து சில பகுதிகள்) ஆகியவை வெளியிடப்பட்டுள்ளன. அத்துடன் கு.ப.ரா. எழுதிய 'கவிதை'யும் 'கூத்தன்' என்னும் புனைபெயரில் புதுமைப்பித்தன் எழுதிய 'சித்தம் போக்கு' சிறுகதையும் அப்பகுதியில் வெளியாகியுள்ளன. கு.ப.ரா. எழுதியதைக் கட்டுரை என்பதா, வசன கவிதை என்பதா, சிறுகுறிப்பு என்பதா எனத் தெரியவில்லை. அவ்வாறு மயக்கமூட்டும் வகையில் உள்ளது. அதில் ஒரு பகுதி இது:

'கவிதை' ஊர்வசியைப் போன்றவள். மேலுலகத்து மங்காத மேனியுடையவள்; நிகரற்ற நேர் நிறத்தாள். விண்ணுலகின் விரஸமான வேட்கைகளை வெறுத்து சந்திரனை அண்டி வந்த தாரை போல, அழிவை வந்து அணுகுகிறாள். வெண்ணிலாவின் வெள்ளி வெளிச்சத்தில், வெள்ளையுடுத்து வெளியேறி உயிரின் காதலியாக வருகிறாள். கந்தமாதனத்தின் கொடுமுடியில் எல்லையற்ற எழில் வேளையில் அழகு உண்மையுடன் கூடுகிறது! – இரவி பகலுடன் போல – ஆயுஸ் என்னும் இளமையைக் கவர்கிறது – இரவு சந்திரனைப் போல.' (ப.7)

உரைநடைத் தொடராக அமைந்திருப்பதாலேயே இதைக் கட்டுரை எனக் கொண்டுவிட இயலாது. அவர் இதில் ஓர் வசன கவிதையையே முயன்றிருக்கிறார். பாரதி, பாரதிதாசன் ஆகியோரின் கவிதைகளோடு தம்முடையதும் இடம்பெறுகிறது என்னும் உணர்வோடு இது எழுதப்பட்டுள்ளது. உவமைகள், செறிந்த சொல்லாட்சி, சொற்சேர்க்கைகள் ஆகிய அனைத்தும் ஒருங்கு கூடி வசன கவிதையாகவே உருப்பெற்றிருக்கிறது.

கு.ப.ரா. தமது பி.ஏ. பட்டத்திற்குச் சமஸ்கிருதத்தை முதன்மைப் பாடமாக எடுத்துப் படித்தவர். நவீன ஆங்கில இலக்கியத்தை, குறிப்பாகக் கவிதைகளை வாசிப்பதில் ஆர்வம் கொண்டிருந்தவர். இவையெல்லாம் அவருக்குள்ளிருந்த கவிமனத்தின் வெளிப்பாடுகள் என்றே ந.பிச்சமூர்த்தி சொல்கிறார். 'அவன் கவியுள்ளத்தைப் பண்படுத்தியது ஸம்ஸ்கிருதப் படிப்பு. பி.ஏ. வகுப்பில் ஸம்ஸ்கிருதமே பாடமாக எடுத்துக்கொண்டான் என்று சொல்லியிருக்கிறேன். ஸம்ஸ்கிருத கவிகளில் வால்மீகியும் காளிதாசனும் பவபூதியும் மேல்நாட்டு ஆசிரியர்களில் கவி கீட்ஸும் ஷெல்லியும் நார்வே நாடகாசிரியர் ஹென்ரிக்

இப்சனும் நவீன கவிகளில் டாகுரும் அவன் மனத்தை மலரச் செய்தவர்கள்' (ந.பிச்சமூர்த்தி கட்டுரைகள், ப.89) என்பது ந.பிச்சமூர்த்தியின் கூற்று.

அதன் தொடர்ச்சியாக ந.பிச்சமூர்த்தி இப்படிச் சொல்கிறார்: 'அவனைக் கவி என்றேன். அவன் எழுதியிருக்கும் கவிகள் 'கருவளையும் கையும்' என்ற தலைப்பில் 'மணிக்கொடி'யில் வெளிவந்தன. அது ஒரு புது முயற்சி. அந்த முறையில் நான்தான் முதல் முதலாக ஆரம்பித்தேன் என்று கூசாமல் சொல்லுவேன். 'காதல்' என்ற மகுடத்தில் 'மணிக்கொடி'யில் ஒன்று எழுதினேன். அதற்குப் பிறகு ராஜகோபாலன் 'கருவளையும் கையும்' ஆரம்பித்தான். படித்தால் கவிதா உணர்ச்சி ததும்பும். ஆனால் உருவத்தில் வசனம் போல இருக்கும். யாப்பு மருந்துக்குக் கூட இராது' (மேலது, ப.90).

ந.பிச்சமூர்த்தி 'நான்தான் முதல் முதலாக ஆரம்பித்தேன் என்று கூசாமல் சொல்லுவேன்' என்று உறுதிபடச் சொல்லி யிருந்தாலும் அவருக்கு முன்னரே கு.ப.ரா. கவிதை முயற்சியில் இருந்தவர் என்பதை அவரது கூற்றுகளே உறுதிப்படுத்துகின்றன. 'கவிதை' என்னும் தலைப்பிலானதைக் கவிதை எனக் கொண்டால் பிச்சமூர்த்திக்கு முன்னரே கு.ப.ரா. எழுதியது பிரசுரமாகியுள்ளது என்றுதான் கொள்ள வேண்டும். மேலும் பிரசுரம்தான் தீர்மானிக்கக் கூடிய முற்ற முடிந்த அளவுகோலா? கல்லூரிக் காலத்திலேயே கு.ப.ரா. கவிதைகள் எழுதி வாசித்தவர்; ஆங்கிலத்தில் எழுதிய அக்கவிதைகள் பலவற்றைப் பின்னர் தமிழிலும் எழுதினார் என்னும் போது கு.ப.ரா. முதன்மை பெறுவதைத் தவிர்க்க இயலாது.

'ந.பிச்சமூர்த்தியைத் தொடர்ந்து கு.ப.ரா. கவிதைகள் எழுதினார்' என்னும் கிளிப்பேச்சு மறுபரிசீலனைக்கு உரியது. ந.பிச்சமூர்த்தி 'தமிழ்ப் புதுக்கவிதையின் தந்தை'யாக நிலைபெற்றுவிட்டார். அதை அசைப்பது அத்தனை எளிதல்ல என்பதை உணர்கிறேன். எனினும் முன்னோடியாகக் கு.ப.ரா. வுக்கு உரிய இடத்தை வழங்க வேண்டும். ந.பிச்சமூர்த்திக்கு முன்னரே கவிதைகள் எழுத ஆரம்பித்தவர் கு.ப.ரா. என்பது உண்மை. பிரசுரங்களும் ஒரே சமயத்தில் நடந்திருக்கின்றன. பொதுவாக 'இலக்கிய இரட்டையர்கள்' என்று இருவரையும் குறிப்பிடுவதுண்டு. அவ்வகையில் கவிதை முன்னோடியாக ந.பிச்சமூர்த்தியோடு இணை வைத்துக் கு.ப.ரா.வையும் கருத வேண்டும். ந.பிச்சமூர்த்தி நிலைபெற அவரது நீண்ட ஆயுள் காரணம்; கு.ப.ரா. மங்கிப்போக அவரது குறைஆயுள்

காரணம். காலம் இப்படியெல்லாம் கண்ணாமூச்சி காட்டுகிறது. அவ்வளவுதான்.

கு.ப.ரா. எழுதிய 'கவிதை'யை 'வசன கவிதை' என்று தாராளமாகச் சொல்லலாம் என்பது என் எண்ணம். ஆகவே கு.ப.ரா.வின் முதல் கவிதையாக இதையே கொண்டு தொகுப்பில் வைத்திருக்கிறேன். இது வெளியான இருமாதங்களுக்குப் பிறகு 'கருவளையும் கையும்' என்னும் தலைப்பில் 'மணிக்கொடி' இதழில் தம் கவிதைத்தொடர் வெளியீட்டைக் கு.ப.ரா. தொடங்கினார். பின்னர் தம் கவிதைகளைத் தொகுத்து நூலாக்க வேண்டும் என்று விரும்பியபோது இத்தலைப்பையே நூலுக்குச் சூட்ட வேண்டும் என்று நினைத்துள்ளார். 'கு.ப.ரா. தனது கவிதைகளை 'கருவளையும் கையும்' என்ற தலைப்பில் தொகுத்துப் புத்தகமாக வெளியிட வேண்டும் என்று பெரிதும் முயற்சி செய்தார். ஆனால் அவருடைய ஆசை அவர் காலத்திலும் சரி, அதன் பின்னரும் சரி, நிறைவேற வழி ஏற்படவில்லை. அந்தத் தொகுப்பு வெளிவந்திருந்தால் அது தமிழ்க் கவிதை உலகில் குறிப்பிடத் தகுந்த ஒரு அருமையான படைப்பு நூலாகத் திகழ்ந்திருக்கும்' என வல்லிக்கண்ணன் தம் 'புதுக்கவிதையின் தோற்றமும் வளர்ச்சியும்' (ப.41) நூலில் குறிப்பிட்டுள்ளார். "'கருவளையும் கையும்' என்பதைத் தலைப்பாகக் கொண்ட, வசன காவிய நூல் அவர் காலத்திலேயே வெளிவரும் என எதிர்பார்த்து ஏமாந்தார் கு.ப.ரா.' (ப.236) என்கிறார் கரிச்சான் குஞ்சு.

'கருவளையும் கையும்' தலைப்பில் நூல் வெளியாகி யிருந்தால் புதுக்கவிதை வரலாற்றில் அதுவே முதல் நூலாக இடம்பெற்றிருக்கும். ஆனால் அவர் வாழ்நாள் குறைவால் அது நடக்காமல் போயிற்று. ந.பிச்சமூர்த்திக்கு எழுதிய கடிதம் ஒன்றில் தம் நூல் வெளியீட்டு முயற்சிகளைப் பற்றிக் கூறும்போது 'நமது வசன காவியத்தை அவருக்குக் (கணேசன்) கொடுக்கலாமென்றிருக்கிறேன்' (சிறிது வெளிச்சம், ப.xvii) எனக் குறிப்பிட்டுள்ளார். இன்னொரு கடிதத்தில் 'நமது வசன காவியம் அடுத்த மாதம் வரும்' (மேலது, ப.xix) என்கிறார். அவ்விதம் அவர் சொல்லியிருப்பது தம் வசன கவிதை நூலைத்தான் எனச் சிட்டி கருதியுள்ளார். 'கருவளையும் கையும்' கவிதை நூலைத்தான் இதில் குறிப்பிடுகிறார் என்றே தோன்றுகிறது. கவிதை நூல் வெளியிடும் ஆர்வம் மட்டுமல்லாமல் முயற்சியிலும் இருந்திருக்கிறார் என்பது தெளிவாகிறது. மேலும் ஒரு நூலாகும் அளவுக்குக் கவிதைகள் இருந்திருக்கிறது என்பதும் தெரிகிறது. பிரசுரமானவை, ஆகாதவை கலந்த தொகுப்பாக அது இருந்திருக்கக் கூடும்.

கு.ப.ரா.வின் இறப்பிற்குப் பிறகு 'கிராம ஊழியன்' இதழில் பாட வேறுபாடுகளுடன் அவரது கவிதைகள் மறுபிரசுரம் பெற்றுள்ளன. பின்னர் சி.சு. செல்லப்பா தம் 'எழுத்து' இதழில் கு.ப.ரா.வின் பல படைப்புகளை மறுவெளியீடு செய்தார். அவற்றில் கவிதைகளும் உண்டு. பெரும்பாலும் கிராம ஊழியன், கலாமோகினி ஆகிய இதழ்களிலிருந்து எடுத்து வெளியிடப் பட்டவை அவை. அதன் தொடர்ச்சியாகச் சி.சு. செல்லப்பா முயற்சியில் வாசகர் வட்ட வெளியீடாக 1969இல் வந்த 'சிறிது வெளிச்சம்' தொகுப்பில் கு.ப.ரா. கதைகளுடன் கவிதைகளும் சேர்க்கப்பட்டிருந்தன. அதுதான் கு.ப.ரா. கவிதைகளைத் தொகுப்பாகக் கொடுத்த முதல் முயற்சி. அதில் 21 கவிதைகள் உள்ளன. பத்திரிகைகளில் கண்டெடுக்கப்பட்டவையும் கு.ப.ரா.வின் கையெழுத்துப் பிரதியாக இருந்தவையும் மூலப்பிரதியாக அமைந்தன. 'அவருடைய இறுதி யாத்திரை முடிந்து சம்பிரதாயமான சடங்குகளெல்லாம் ஆன பிறகு அவர் விட்டுச் சென்ற இலக்கியச் செல்வத்தை நானும் (கிருஷ்ணசாமி) ரெட்டியாரும் அள்ளிக்கொண்டு வந்தோம். அவைகளைப் பின்னர் செல்லப்பாவிடம் கொடுத்து வைத்திருந்தேன்' (சிறிது வெளிச்சம், ப.xxx) என்றும் 'அவர் (து.ராஜ் ரெட்டியார்) செல்லப்பாவுக்குக் கொடுத்து உதவிய இதழ்களிலிருந்து கு.ப.ரா.வின் எழுத்துக்கள் பலவற்றை எடுத்துக்கொள்ளும் வாய்ப்பு கிடைத்தது' (மேலது, ப.xxxi) என்றும் சிட்டி கூறுகிறார்.

மணிக்கொடி உள்ளிட்ட இதழ்களில் வெளியான மூலத்திற்கும் 'சிறிது வெளிச்சம்' தொகுப்பில் உள்ளவற்றிற்கும் பாட வேறுபாடுகள் பல. பிரசுரமான பின்னும் தம் கதைகளைத் தொடர்ந்து மறுஎழுத்தாக்கம் செய்வது கு.ப.ரா.வின் வழக்கம். அதுபோலவே கவிதைகளையும் மீண்டும் மீண்டும் எழுதியும் திருத்தியும் அமைத்திருக்கிறார். மணிக்கொடியில் 'கருவளையும் கையும்' தலைப்பில் தொடராக எழுதப்பட்ட கவிதைகள் திருத்தம் பெற்றிருக்கின்றன. தலைப்புகள்கூட மாறியிருக்கின்றன. கு.ப.ரா. தம் கையெழுத்துப் பிரதியில் திருத்தங்களோடு தலைப்புகளை யும் மாற்றி வைத்திருந்திருக்கலாம். அவ்வாறான திருத்த வடிவங்கள் பல அவர் இறப்புக்குப் பிறகு 'கிராம ஊழியன்' இதழில் வெளியாகியிருக்கின்றன. 'சிறிது வெளிச்சம்' தொகுப்பில் அவையே மிகுதியாக இடம்பெற்றுள்ளன. பல கவிதைகளின் முதல் வெளியீட்டு விவரத்தைச் சரியாக அறிய முடியவில்லை.

'சிறிது வெளிச்சம்' தொகுப்பில் உள்ள வேறோர் உருவம், விடுதலை, எதற்காக, என்னதான் பின்?, உரம் ஆகிய ஐந்து கவிதைகள் பத்திரிகைகளில் வெளியான விவரம் தெரியவில்லை.

கவிதைகள் வெளியீட்டு விவரம் தொடர்பாகச் 'சிறிது வெளிச்சம்' தொகுப்பில் உள்ள குறிப்பு இது: 'கவிதைகளில் கவி, யோகம் கலைதல், எதற்காக, பொங்கல் 'கலாமோகினி'யிலும்; ராக்கி நெனப்பு 'பாரத மணி'யிலும்; வாழ்க்கை 'பாரத தேவி'யிலும்; நண்பனுக்கு 'மணிக்கொடி'யிலும் மற்றவை 'கிராம ஊழிய'னிலும் முதலில் பிரசுரமானவை' (ப.xxxx).

'சிறிது வெளிச்சம்' நூல் குறிப்பு 'மற்றவை கிராம ஊழியனிலும் பிரசுரமானவை' என்று கூறுகிறது. அக்குறிப்பைக் கொண்டு மேற்கண்ட ஐந்தும் 'கிராம ஊழியனில்' வெளியாயின என்றே எடுத்துக்கொள்ள வேண்டியுள்ளது. அவையும் கு.ப.ரா. இறப்புக்குப் பின்னரே பெரும்பாலும் வெளியாகியிருக்க வாய்ப்புள்ளது. அப்படியானால் அவற்றின் முதல் பிரசுரம் வேறு ஏதேனும் இதழ்களில் வந்திருக்கக் கூடும். 'சிறிது வெளிச்சம்' தொகுப்பில் உள்ள கவிதைப் பட்டியல் பின்னிணைப்பில் கொடுக்கப்பட்டுள்ளது. கவிதைகளின் வெளியீட்டு விவரப் பகுதியில் 'சிறிது வெளிச்சம்' தொகுப்பில் உள்ள கவிதை என்றால் அவ்விவரமும் சுட்டப்பட்டுள்ளது.

'சிறிது வெளிச்சம்' தொகுப்பை அடுத்து அ.சதீஷ் பதிப்பில் 2010ஆம் ஆண்டு வெளியான 'கு.ப.ரா. படைப்புகள் நாடகங்களும் கவிதைகளும்' என்னும் நூலில் 24 கவிதைகள் உள்ளன. இந்நூலை 'அடையாளம்' வெளியிட்டுள்ளது. பத்திரிகைகளிலிருந்து எடுக்கப்பட்ட கவிதைகளும் 'சிறிது வெளிச்சம்' தொகுப்பிலிருந்து எடுக்கப்பட்ட கவிதைகளும் கலந்து அமைந்த தொகுப்பு இது. பழந்தமிழ் இலக்கியச் சுவடிகளைப் பதிப்பிப்பதை விடவும் நவீன இலக்கியத்தைப் பதிப்பிப்பது கடினம். கையெழுத்து வடிவம், ஓர் இதழில் முதலில் வெளியான வடிவம், அடுத்து வெவ்வேறு இதழ்களில் வந்த வடிவங்கள், நூல்களில் இடம்பெற்ற வடிவங்கள் எனப் பலவற்றையும் தேட வேண்டும்; காண வேண்டும். கு.ப.ரா.வின் ஒரு கவிதை மூன்று இதழ்களில்கூட வெளியாகியுள்ளது. அவர் இறப்புக்குப் பிறகு வெவ்வேறு இதழ்கள் மறுபிரசுரம் செய்துள்ளன. ஆகவே இவற்றைப் பதிப்பிக்கும்போது சில தவறுகள் ஏற்படுவது இயல்புதான். ஆனால் அ.சதீஷ் பதிப்பில் பல குளறுபடிகள் நேர்ந்துவிட்டன. சிலவற்றை மட்டும் இங்கே சுட்டலாம்.

'மணிக்கொடி' இதழில் 18–11–1934இல் தொடங்கி 13–01–1935 வரையான நான்கு இதழ்களில் 'கருவளையும் கையும்' என்னும் தலைப்பில் எட்டுக் கவிதைகள் தொடர்ந்து வெளியாகியுள்ளன. ஆனால் அ.சதீஷ் பதிப்பில் அவை ஆறு கவிதைகளாக எண்ணிடப்

பட்டுள்ளன. இரண்டு கவிதைகளுக்கு எண்ணிடாமல் முந்தைய கவிதையோடு சேர்த்து ஒரே கவிதையாகப் பதிப்பித்ததால் வந்த வினை இது. அத்தலைப்பில் வெளியான நான்கு கவிதைகள் 'பெண்ணின் பிறவி ரகசியம்', 'சதையை மீறியது', 'எப்பொழுது', 'ஏன்?' என்னும் தலைப்புகளில் 'சிறிது வெளிச்சம்' தொகுப்பில் உள்ளன. அ.சதீஷ் தொகுப்பில் இக்கவிதைகள் 'கருவளையும் கையும்' பகுதியிலும் பின்னர் தனித்தனிக் கவிதைகளாகவும் வெவ்வேறு தலைப்புகளில் இருமுறை கொடுக்கப்பட்டுள்ளன. கவிதைகளை வாசிக்காமல் பதிப்பிப்பதால் நேரும் தவறு இது.

'வாழ்க்கை' என்னும் கவிதை 'பாரததேவி' (பாரததேவி, *20–08–1939*, மலர் *1*, இதழ் *7*, ப.55) இதழில் வெளியாகியுள்ளது. பின்னர் 'கிராம ஊழியனில்' கு.ப.ரா. இறப்புக்குப் பிறகு மறுபிரசுரம் (கிராம ஊழியன், *16–06–1945*) ஆகியுள்ளது. பாரததேவியில் வெளியானபோது கவிதையின் முகப்பிலேயே அடைப்புக்குறிக்குள் 'பிராங்க் டௌன்ஷென்டு என்ற ஆங்கில கவியின் மூலத்திலிருந்து, கு.ப.ரா.' என்று உள்ளது. ஆகவே இக்கவிதை மொழிபெயர்ப்பு எனத் தெளிவாகத் தெரிகிறது. பாரததேவி இதழில் வெளியான தகவலைக் கொடுக்கும் அ.சதீஷ், இக்கவிதையின் மூலம் ஆங்கிலம் என்னும் தகவலைத் தரவில்லை. கவிதைகளை ஒப்பிட்டுப் பார்க்காத காரணத்தால் நேர்ந்த தவறுதான் இதுவும்.

சிறுபிழை ஒன்று தரவாகி வரலாற்றுத் தவறாக மாறிவிடக் கூடும் என்பதற்கு இந்த 'வாழ்க்கை' கவிதையே சான்று. கு.ப.ரா. இறப்புக்குப் பிறகு 'கிராம ஊழியன்' இதழில் மறுபிரசுரம் ஆனபோது 'மொழிபெயர்ப்பு' என்பதற்கான குறிப்பு விடுபட்டுக் கு.ப.ரா. எழுதிய கவிதையாகவே அச்சிடப்பட்டுவிட்டது. அதைத் தொடர்ந்து 'சிறிது வெளிச்சம்' தொகுப்பிலும் கு.ப.ரா. கவிதையாகவே இடம்பெற்றது. நூல்களையே பலரும் ஆதாரமாகக் கொள்ள இயலும் என்பதால் கு.ப.ரா. கவிதைகள் பற்றி எழுதுவோருக்குச் 'சிறிது வெளிச்சம்' தொகுப்பே ஆதாரமாகி 'வாழ்க்கை' கு.ப.ரா. கவிதையாகவே மாற்றம் பெற்றுவிட்டது. வரலாறு, விமர்சனம், மேற்கோள் என அனைத்து வகையிலும் இக்கவிதை கு.ப.ரா. எழுதியதாகவே கொள்ளப்பட்டுள்ளது.

'சிறிது வெளிச்சம்' தொகுப்பு வெளியாகி நாற்பது ஆண்டு களுக்குப் பிறகு வந்த அ.சதீஷ் பதிப்பிலும் இப்பிழையைத் திருத்தவில்லை. புதுக்கவிதை முன்னோடிகளில் ஒருவராகிய கு.ப.ரா.வின் மிக முக்கியமான கவிதையாக இது கொள்ளப்பட்டுப் பரவலாகப் பேசப்பட்டு வந்துள்ளது. இந்த வரலாற்றுப் பிழை

செய்த பயணத்தை 'முன்னோடித் தமிழ்ப் புதுக்கவிதை மொழிபெயர்ப்புக் கவிதையா?' (காக்கைச் சிறகினிலே, ஜூலை 2012) என விரிவான கட்டுரையாக ய.மணிகண்டன் எழுதிய பிறகே தவறு வெளிச்சத்திற்கு வந்தது. 'பாரததேவி'யில் மொழிபெயர்ப்பு என்னும் குறிப்போடு வெளியான பக்கம், மூலக் கவிதை ஆகியவற்றை நகலெடுத்து அவர் வழங்கினார்.

அ.சதீஷ் பதிப்பில் வெளியீட்டு விவரங்களிலும் பல பிழைகள் ஏற்பட்டிருக்கின்றன. 'உயிர் தரிசனம்' என்னும் கவிதைக்குக் 'கவிக்குயில், 15–02–1937' என வெளியீட்டு விவரம் கொடுக்கப்பட்டுள்ளது. ஆனால் இக்கவிதை வெளியானது 'கவிக்குயில், மலர் ஒன்று, 1946'இல் ஆகும். கு.ப.ரா. இறப்புக்குப் பின் அவர் கையெழுத்துப் பிரதியிலிருந்து எடுத்துக் 'கவிக்குயில்' இதழில் வெளியிடப்பட்டிருக்கக் கூடும். கவிக்குயில் மலர்கள் 1946, 1947 ஆகிய ஆண்டுகளில் வந்துள்ளன. அ.சதீஷ் '15–02–1937' எனக் கொடுத்திருப்பதன் காரணம் விளங்கவில்லை. 'புத்தனுக்கு' கவிதை வெளியான விவரம் 'மணிக்கொடி, 15–02–1936' என்று கொடுத்துள்ளார். அந்நாளிட்டு 'மணிக்கொடி' இதழே வெளியாகவில்லை. 16–02–1936 நாளிட்ட இதழ் வெளியாகியுள்ளது. அவ்விதழில் 'புத்தனுக்கு' கவிதை வெளியாகவில்லை. 'புத்த பகவான்' என்னும் தலைப்பில் 15–12–1936 நாளிட்ட 'மணிக்கொடி' இதழில்தான் கவிதை வந்துள்ளது. வெளியான இதழ் விவரம் பிழை. தலைப்பும் பிழை.

இவ்வாறு இன்னும் பல குளறுபடிகளுடன் அ.சதீஷ் பதிப்பில் கவிதைகள் உள்ளன. அவற்றைப் பேசித் தீராது. 'கருவளையும் கையும்' தலைப்பில் உள்ளவற்றை எட்டுக் கவிதைகளாகக் கொண்டு கணக்கிட்டால் அ.சதீஷ் தொகுப்பில் 31 கவிதைகள் உள்ளன. அவற்றில் 'கருவளையும் கையும்' தலைப்பிலான கவிதைகளின் வேறொரு வடிவமாகிய பெண்ணின் பிறவி ரகசியம், ஏன்?, சதையை மீறியது, எப்பொழுது? ஆகிய நான்கையும் கழித்துவிட்டால் இருபத்தேழு கவிதைகள் இத்தொகுப்பில் உள்ளவை.

'மணிக்கொடி கவிதைகள்' என்னும் தலைப்பில் 'மணிக்கொடி' இதழில் வெளியான கவிதைகள் முழுவதையும் தொகுத்து 2016இல் ய.மணிகண்டன் நூலாக்கியுள்ளார். காலச்சுவடு பதிப்பகம் வெளியிட்டுள்ள இந்நூலில் 'மணிக்கொடி' இதழில் வெளியான கு.ப.ரா.வின் 14 கவிதைகள் (கருவளையும் கையும் 8 உட்பட) இடம்பெற்றுள்ளன. சரியான வெளியீட்டு விவரத்தோடு இத்தொகுப்பில் கவிதைகள் கொடுக்கப்பட்டுள்ளன. முந்தைய

இரண்டு தொகுப்புகளில் இடம்பெறாத 'மாங்கனிச் சுவைப்பு' இத்தொகுப்பில்தான் முதன்முறையாக இடம்பெற்றுள்ளது என்பது இதன் சிறப்பு.

இம்மூன்று நூல்களுமே கு.ப.ரா.வின் கவிதைகளை மட்டும் கொண்டவை அல்ல. 'சிறிது வெளிச்சம்' தொகுப்பில் சிறுகதைகள், கவிதைகள், முற்றுப் பெறாத நாவல் ஆகியவை அடங்கியுள்ளன. அ.சதீஷ் தொகுப்பில் நாடகங்களுடன் பின்னிணைப்புப் போலக் கவிதைகள் கொடுக்கப்பட்டுள்ளன. ய.மணிகண்டன் தொகுப்பு மணிக்கொடியில் வெளியான ஒட்டுமொத்தக் கவிதைகளைக் கொண்டது. ஆகவே அதில் கு.ப.ரா. பிரதானப்பட வாய்ப்பில்லை. கு.ப.ரா.வின் கவிதைகள் தனித்தொகுப்பாக வெளியாகியிருந்தால் நவீன கவிதையின் முன்னோடியாகிய அவரது இடம் இன்னும் உறுதிப்பட்டிருக்கக் கூடும்; விரிவான விவாதத்திற்கும் உட்பட்டிருக்கலாம். அவரது நூற்றாண்டு முடிந்து, அவர் இறந்து எழுபத்தெட்டு ஆண்டுகள் கழிந்து இப்போதுதான் அது சாத்தியமாகியிருக்கிறது.

நவீன கவிதையின் முன்னோடியான அல்லது முன்னோடிகளில் ஒருவரான கு.ப. ராஜகோபாலன் கவிதைகள் அவர் விரும்பிய தலைப்பிலேயே வெளிவர வேண்டும் என்கிற எண்ணத்தில் 'கருவளையும் கையும்' என்னும் பெயரில் இந்நூல் வெளியாகிறது. 'கருவளையும் கையும்' தலைப்பில் 'மணிக்கொடி' இதழ் 18–11–1934இல் தொடங்கி 13–01–1935 வரை எட்டுக் கவிதைகளைத் தொடராக எழுதியுள்ளார். பின்னர் அதே தலைப்பில் ஒரு கவிதை 1944 'கிராம ஊழியன்' மலரில் வெளியாகியுள்ளது. ஆகவே 'கருவளையும் கையும்' தலைப்பில் ஒன்பது கவிதைகள் எழுதியுள்ளார் எனத் தெரிகிறது. முதல் இரண்டு கவிதைகளுக்கு மட்டும் துணைத் தலைப்புகள் கொடுத்துள்ளார். ஒரே தலைப்பில் ஒன்பது கவிதைகள் உள்ள காரணத்தால் நூலுக்கு அத்தலைப்பே அமைவது மிகவும் பொருத்தமாகவும் இருக்கிறது. அத்தலைப்பில் வெளியான கவிதைகளில் சிலவற்றிற்குத் தலைப்பு மாற்றத்தோடு வேறு வடிவம் கிடைத்திருப்பதைத் தனிக் கவிதையாகக் கொள்ளாமல் பாட வேறுபாடாகக் கொண்டு மூல வடிவத்தை அடுத்து இன்னொரு வடிவத்தைக் கொடுத்துள்ளேன். அவ்வாறு இரு வடிவங்கள் உள்ள கவிதைகள் மொத்தம் பத்து.

எனக்குக் கிடைத்திருக்கும் கவிதைகளின் எண்ணிக்கை மொழிபெயர்ப்பு ஒன்றையும் சேர்த்து முப்பத்தொன்று. 1934இல் தொடங்கி 1944வரை அவர் எழுதியவை இவ்வளவுதான் என்று முடிவு செய்ய இயலவில்லை. இன்னும் தேடினால், சில இதழ்கள்

கிடைக்குமானால் எண்ணிக்கை கூடுதலாகலாம். 'கள்ளுப் போனா போகட்டும் போடா, எனக்கு சொக்கி இருக்கா சொக்கா' என்று முடியும் கு.ப.ரா.வின் கவிதை ஒன்றை நினைவுகூர்ந்து வல்லிக்கண்ணன் (புதுக்கவிதையின் தோற்றமும் வளர்ச்சியும், ப.17) குறிப்பிடுகிறார். அதே கவிதையைக் 'கள்ளுப் போனா போகட்டும் போடா, எனக்குக் கறுப்பி இருக்கா குப்பா' (எழுத்து, இதழ் எண்: 103–104) என்று முடிவதாக அவரே ஒரு கட்டுரையில் எழுதியுள்ளார். அக்கவிதை இதுவரை கிடைக்கவில்லை. இவ்விதம் சில கவிதைகள் மறைந்து கிடக்கக் கூடும்.

விமோசனப் பள்ளு, கருவளையும் கையும்–9 ஆகிய இரண்டும் இத்தொகுப்பில் புதிதாக இடம்பெற்றுள்ளன. 'கருவளையும் கையும்' என்னும் தலைப்பில் மணிக்கொடியில் எட்டுக் கவிதைகள் வெளியாயின. அவற்றுக்கு எண்கள் கொடுக்கப்பட்டுள்ளன. ஆகவே பின்னர் 1944இல் கிராம ஊழியன் மலரில் வெளியான 'கருவளையும் கையும்' தலைப்பிலான கவிதைக்கு எண் 9 எனக் கொடுத்திருக்கிறேன். ஒரே தலைப்பில் எழுதினாலும் அனைத்துக்கும் மையப்பொருளில் இயைபு இருப்பினும் ஒவ்வொன்றும் தனித்தனிக் கவிதைதான். முதலிரு கவிதைகளுக்கு அவரே தனித்தலைப்புகளும் கொடுத்துள்ளார். 'கருவளையும் கையும்' தலைப்பில் வெளியான வேறு மூன்று கவிதைகள் பின்னர் 'சதையை மீறியது', 'எப்பொழுது', 'இடைவேளை உருவம்' ஆகிய தலைப்பு களில் தனிக்கவிதைகளாகவும் வெளியாகியுள்ளன. கவிதைத் தொடராக இருப்பினும் ஒவ்வொன்றும் தனிக்கவிதை இயல்பைப் பெற்றிருக்கிறது. ஆகவே இத்தொகுப்பில் அவை தனித்தனிக் கவிதைகளாகவே கொடுக்கப்பட்டுள்ளன.

கால வரிசையில் கவிதைகள் வைக்கப்பட்டுள்ளன. ஒவ்வொரு கவிதையின் வெளியீட்டு விவரமும் அக்கவிதையின் கீழே கொடுக்கப்பட்டுள்ளது. பின்னிணைப்பில் 'வெளியீட்டு விவரம்' பகுதியில் விரிவான தகவல்கள் வழங்கப்பட்டுள்ளன. கு.ப.ரா. எழுதிய 'வசன கவிதை' கட்டுரை முன்னுரைப் பகுதியில் சேர்க்கப்பட்டுள்ளது. கவிதை குறித்து அவர் கொண்டிருந்த கருத்துக்களையும் முன்னோடி ஒருவர் எதிர்கொள்ள வேண்டி யிருந்த பிரச்சினைகளையும் அக்கட்டுரை பேசுகிறது. தம் கவிதைத் தொகுப்புக்கு அவர் எழுதிய முன்னுரை போலவே இது தோன்றுகிறது.

புதுக்கவிதையின் முன்னோடி, தந்தை என்று ந.பிச்சமூர்த்திக்குக் கிடைத்துள்ள இடம் எதுவும் கு.ப.ரா.வுக்குக் கிடைக்கவில்லை என்பது வருத்தத்திற்குரியது. மணிக்கொடி

14-10-1934 இதழில் ந.பிச்சமூர்த்தியின் 'பிரிவில் தோன்றும் பேரின்பம் – குரலில் தோன்றும் காதல்' என்னும் கவிதை வெளியாயிற்று. அதைத் தொடர்ந்த இதழ்களில் ஒளியின் அழைப்பு, தீக்குளி ஆகியவற்றை அவர் எழுதியுள்ளார். 02-09-1934 மணிக்கொடி இதழில் 'கவிதை' எழுதினார் கு.ப.ரா.. அடுத்து ந.பிச்சமூர்த்தியின் மூன்று கவிதைகள் வெளியான நிலையில் 'கருவளையும் கையும்' என்னும் தலைப்பில் 18-11-1934 இதழில் கு.ப.ரா. தம் கவிதை வெளியீட்டைத் தொடர்ந்தார். அதில் எட்டுக் கவிதைகள் தொடர்ந்து வெளியாயின. 1944 ஏப்ரல் 27இல் மறையும் வரைக்கும் கு.ப.ரா. கவிதைகள் எழுதிக் கொண்டிருந்தார்.

ந.பிச்சமூர்த்தி பின்னரும் தொடர்ந்து கவிதைகள் எழுதினார். 1960களில் அவர் கவிதைகள் காட்டுவாத்து, வழித்துணை, ந.பிச்சமூர்த்தி கவிதைகள் எனத் தொகுப்புகளாக வெளியாயின. கு.ப.ரா.வின் குறைந்த ஆயுள் காரணமாக அவர் நிறைய எழுதவில்லை. அவர் நினைத்திருந்தவாறு 'கருவளையும் கையும்' என்னும் தலைப்பில் நூல் வெளியிடவும் இயலவில்லை. அந்நூல் வெளியாகியிருந்தால் புதுக்கவிதை வரலாற்றில் அதுவே முதல் நூலாக அமைந்திருக்கக்கூடும். எனினும் புதுக்கவிதை வரலாறு அனைத்திலும் ந.பிச்சமூர்த்தியோடு இணைத்துக் கு.ப.ரா.வும் முன்னோடியாகப் பேசப்படுகிறார் என்பது மட்டுமே மகிழ்ச்சி தருகிறது. குறிப்பாக வல்லிக்கண்ணன் தம் 'புதுக்கவிதையின் தோற்றமும் வளர்ச்சியும்' நூலில் கு.ப.ரா.வுக்கு உரிய இடம் வழங்கி விரிவாக எழுதியுள்ளார். எனினும் கு.ப.ரா.வின் கவிதைப் பங்களிப்பைக் குறித்துக் குறைப்பார்வைகளே பொதுவில் நிலவி வருகின்றன.

ந.பிச்சமூர்த்தி கவிதைகளுக்கு முன்னுரை எழுதியுள்ள ஆர்.ராஜகோபாலன் இவ்வாறு குறிப்பிடுகிறார்:

'யாப்புக்கிணங்க கவிதைகள் புனைய முடியும் என்று கு.ப.ரா. வைப் போல் ந.பி. முயற்சித்தாலும் பெரும்பாலான அவருடைய கவிதைகள் வசன கவிதைகளாகவே அமைந்துள்ளன.' (ஆர்.ராஜகோபாலன், பிச்சமூர்த்தியும் புதுக்கவிதையும், ந.பிச்சமூர்த்தி கவிதைகள் முன்னுரை, ப.VII).

யாப்புக்கிணங்கக் கவிதை புனைந்தவர் கு.ப.ரா. என்னும் எண்ணத்தை இக்கருத்து தருகிறது. புதுக்கவிதையில் கு.ப.ரா. வின் பங்கை ஒதுக்கி ந.பிச்சமூர்த்தியை மட்டும் முன்னிறுத்தும் நோக்கும் இதில் வெளிப்படுகிறது. கு.ப.ரா. 'வசன கவிதை' என்றே ஒரு கட்டுரை எழுதியுள்ளார். அதில் 'யாப்பிலக்கணம்

தெரியாதவர்கள்தான் வசன கவிதை எழுதுகிறார்கள்' என்று அக்காலத்தில் வைக்கப்பட்ட வாதத்துக்குப் பதில் தருகிறார். மற்றபடி யாப்பிலக்கணப்படி அவர் எந்தக் கவிதையையும் எழுதவில்லை. யாப்பிலக்கணத்தை மீறும் முயற்சிகளையே செய்துள்ளார். நாட்டுப்புறப் பாடல் வடிவில் சில கவிதைகளை எழுதியுள்ளார். அவர் கவிதைகள் அனைத்தும் 'வசன கவிதை' என்னும் வகைக்குள் வரும்படியே எழுதப்பட்டிருக்கின்றன.

'புதுக்கவிதை வரலாறு' எழுதிய ராஜமார்த்தாண்டன் 'சிறுகதையிலேயே கவனம் கொண்டிருந்த கு.ப. ராஜகோபாலனும் பிச்சமூர்த்தியைப் பின்பற்றி 1938இல் வசன கவிதைகள் எழுதத் தொடங்கினார்' (ப.35) எனக் குறிப்பிடுகிறார். 1938இல்தான் கு.ப.ரா. கவிதை எழுதத் தொடங்கினார் என அவர் சொல்வதற்கு எதை ஆதாரமாகக் கொண்டார் எனத் தெரியவில்லை.

சமீபத்தில் கு.அழகிரிசாமியின் புதிதாகக் கண்டெடுக்கப் பட்ட படைப்புகளைத் தொகுத்துக் காலச்சுவடு இதழின் 'பொருநைப் பக்கங்கள்' பகுதியில் வெளியிட்ட பழ.அதியமான் இப்படி ஒரு குறிப்பை அதில் தருகிறார்:

'மறுமலர்ச்சிக் கால எழுத்தாளர்கள் சிறுகதையோடு பிற இலக்கிய வகைகளிலும் முயன்றவர்கள். குறிப்பாகக் கவிதைகள். கதைகளோடு புதுமைப்பித்தன் கவிதைகளும் எழுதினார். க.நா.சு.வின் கவிதைகளுக்கான புனைபெயர் மயன். ந.பிச்சமூர்த்தியின் 'பிக்ஷு' கவிதைகள் பிரசித்தம். கு.ப.ரா.வின் கவிதை முயற்சிகள் பெரும்பாலும் மொழிபெயர்ப்புகள்.' (பழ.அதியமான், காலச்சுவடு, ஜனவரி 2021, ப.80)

'கு.ப.ரா.வின் கவிதை முயற்சிகள் பெரும்பாலும் மொழிபெயர்ப்புகள்' என்று எந்த ஆதாரத்தை வைத்து அதியமான் சொல்கிறார் எனத் தெரியவில்லை. 'வாழ்க்கை' கவிதை குறித்து ய. மணிகண்டன் எழுதிய கட்டுரை மனதில் பதிந்து கு.ப.ரா. எழுதிய அனைத்துமே மொழிபெயர்ப்புத்தான் என்பதான எண்ணம் ஏற்பட்டிருக்கலாம். ஏதோ ஒருவகையில் அவர் மனப்பதிவு அப்படியானதாக இருக்கிறது. ஒரே ஒரு கவிதையை மட்டும் கு.ப.ரா. மொழிபெயர்த்திருக்கிறார். அக்குறிப்பும் இல்லாமலே தொகுப்புகளில் கு.ப.ரா. கவிதையாகவே அது வந்திருக்கிறது. இந்நிலையில் 'பெரும்பாலும் மொழிபெயர்ப்புகள்' என்னும் மனப்பதிவு உருவானமைக்குக் கு.ப.ரா. கவிதைகள் தனி நூலாக வெளியாகாமையே காரணம் என்று கருதுகிறேன்.

கு.ப.ரா.வின் கவிதைகளை வாசிக்கவும் மதிப்பிடவும் சரியான வகையில் அவற்றைப் பதிப்பிக்கவில்லை என்னும் குறையை இந்நூல் போக்கும் என நம்புகிறேன். 2014ஆம் ஆண்டு

‘கு.ப.ரா. சிறுகதைகள்’ நூலைப் பதிப்பித்தேன். அத்துடன் இந்தப் பதிப்பு முயற்சியை முடித்துக்கொள்ளவே எண்ணியிருந்தேன். ‘ஹிந்துஸ்தான்’ இதழிலிருந்து ‘விமோசனப் பள்ளு’ என்னும் கவிதையைக் கண்டெடுத்துக் கொடுத்து இந்தக் கவிதைப் பதிப்பிலும் என்னை ஈடுபடத் தூண்டியவர் ஆ. இரா. வேங்கடாசலபதி. அக்கவிதை கொடுத்த உந்துதலில் கு.ப.ரா.வின் கவிதைகளைத் தேடவும் ஏற்கனவே வந்த பதிப்புகளில் உள்ள பிரச்சினைகளை அறியவும் வாய்த்தது.

அவசரம் ஏதுமின்றி அவ்வவ்போது இவ்வேலையில் ஈடுபட்டேன். ஆனால் சிறுநூல் ஒன்று இத்தனை உழைப்பக் கோரும் என்பது எதிர்பாராத ஒன்று. பலவிதக் குழப்பங்களைத் தீர்த்துக்கொள்ள வேண்டியிருந்தது. மூலத்தைத் தேடியடைதல், பலவற்றையும் ஒப்பிட்டுப் பார்த்தல், குறிப்புகளை உருவாக்கல் ஆகியவையே பெரும் சிரமம் கொடுத்தன. முன்னோடி நூல் ஒன்றுக்குத் தேவை என்று கருதுபவற்றைப் பின்னிணைப்புகளாகக் கொடுத்துள்ளேன். அவையும் குறிப்பிட்ட காலத்தை எடுத்துக்கொண்டன. ஒருவழியாக இந்நூல் இப்போது முடிந்திருக்கிறது. இது கு.ப.ரா.வுக்கு மட்டுமல்லாமல் புதுக்கவிதை வரலாற்றுக்கு முக்கியப் பங்களிப்பாக இருக்கும் நூலாக விளங்கும் என நம்புகிறேன்.

○○○

இந்நூல் வெளியாக வேண்டும் என்பதில் மிகுந்த ஆர்வம் காட்டிப் பொறுமையாக இதில் என்னை ஈடுபடச் செய்தவர் நண்பர் ஆ. இரா. வேங்கடாசலபதி.

‘வாழ்க்கை’ கவிதையின் மூலத்தைக் கண்டுபிடித்து அதையும் அக்கவிஞர் பற்றிய சிறுகுறிப்பையும் கொடுக்க வேண்டும் என்று கருதி நான் அணுகியவர் ஆர்.சிவகுமார். அக்கவிஞரைக் கண்டறிந்ததோடு அவரது நூலையும் விலை கொடுத்து வாங்கிக் குறிப்பிட்ட கவிதையின் மூலத்தை எடுத்து எனக்குக் கொடுத்தார். அதில் அவர் காட்டிய ஆர்வம் எனக்கு உற்சாகத்தைக் கொடுத்தது.

‘வாழ்க்கை’ கவிதை குறித்து 2012இல் ய.மணிகண்டன் எழுதிய கட்டுரை இத்தனை ஆண்டுகளாகியும் என் கவனத்துக்கு வரவில்லை. இதழ்களில் எழுதி நூலாகாமல் நின்று போகும் படைப்புகள் இப்படித்தான் தம்மை ஒளித்துக் கொள்கின்றன. எப்படிக் கவனிக்காமல் போனோம் என வெட்கம் கொண்டேன். நூல் முடியும் தறுவாயில் அவருடன் பேசியபோது அந்தக் கட்டுரைப் பிரதியை வழங்கினார். அது பேருதவியாக இருந்தது.

இத்தொகுப்பின் இறுதிக் கட்டத்தில் சில கவிதைகளை உறுதிப்படுத்திக் கொள்வதற்கு நண்பர் கல்யாணராமனும் ஏ. தனசேகரும் உதவினர்.

கு.ப.ரா.வின் படைப்புகளைத் தொடர்ந்து வெளியிடுவதில் ஆர்வம் செலுத்துபவர் காலச்சுவடு கண்ணன்.

இந்நூலின் செம்மையான உருவாக்கத்திற்குக் காரணம் திருமதி கலா உள்ளிட்ட காலச்சுவடு ஊழியர்கள்.

அனைவருக்கும் நன்றி.

பயன்பட்ட நூல்கள்

1. ய.மணிகண்டன் (தொகுப்பும் பதிப்பும்), ந.பிச்சமூர்த்தி கட்டுரைகள், 2012, சென்னை, சந்தியா பதிப்பகம்.
2. வல்லிக்கண்ணன், புதுக்கவிதையின் தோற்றமும் வளர்ச்சியும், 2004, தஞ்சாவூர், அகரம், ஐந்தாம் பதிப்பு.
3. கரிச்சான் குஞ்சு, கு.ப.ரா., 1990, சென்னை, வானதி பதிப்பகம்.
4. கு.ப.ராஜகோபாலன், சிறிது வெளிச்சம், 1969, சென்னை, வாசகர் வட்டம்.
5. அ.சதீஷ் (ப.ஆ.), கு.ப.ரா. படைப்புகள் நாடகங்களும் கவிதைகளும், 2010, புத்தாநத்தம், அடையாளம்.
6. ய.மணிகண்டன் (தொகுப்பும் பதிப்பும்), மணிக்கொடி கவிதைகள், 2016, நாகர்கோவில், காலச்சுவடு பதிப்பகம்.
7. ந.பிச்சமூர்த்தி கவிதைகள், 2000, சென்னை, மதி நிலையம்.
8. ராஜமார்த்தாண்டன், புதுக்கவிதை வரலாறு, 2003, சென்னை, யுனைடெட் ரைட்டர்ஸ்.
9. இதழ்கள்: மணிக்கொடி, பாரததேவி, எழுத்து, காலச்சுவடு ஆகியவை.

•••

ஆய்வுரை

'இசைக்கு மிஞ்சின இன்பம்'

பெருமாள்முருகன்

கு.ப.ரா. தம் கவிதைகளை 'வசன கவிதை' என்றே கூறுகிறார். அக்காலத்தில் புதுக்கவிதை, நவீன கவிதை ஆகிய சொற்கள் வழங்கவில்லை. இப்போது வசன கவிதைக்கும் நவீன கவிதைக்கும் வேறுபாடு காட்டுகின்றனர். இன்றைய அளவுகோலை வைத்துப் பார்த்தால் கு.ப.ரா.வின் கவிதையை வசன கவிதை வகைக்குள் அடக்குவதா, புதுக்கவிதை அல்லது நவீன கவிதையா என்பது விவாதத்திற்கு உரியது. முன்னோடிகளின் கவிதைகளை அப்படிக் கறாராக வகைப்படுத்திக் கூறுவது கடினம். வசன கவிதைக் கூறுகளும் நவீன கவிதைக்கான இயல்புகளும் இணைந்து அமைந்தவை அவை. கு.ப.ரா.வின் கருப்பொருள்கள் எல்லைக்கு உட்பட்டவையாக இருக்கலாம். ஆனால் அவர் வடிவ உணர்வு கொண்டவர் என்பதை இக்கவிதைகள் நிறுவுகின்றன.

நாட்டுப்பாடல் வடிவத்தைக் கையாண்டு எழுதிய நான்கு கவிதைகள் இத்தொகுப்பில் உள்ளன. விமோசனப் பள்ளு, ராக்கி நெனப்பு, வாழ்க்கை வழி, பொங்கல் ஆகியவை. 'கள்ளுப் போனாப் போகட்டும் போடா' என்று முடிவதாக வல்லிக்கண்ணன் கூறும் கவிதை ஒன்றையும் எடுத்துக்கொண்டால் மொத்தம் ஐந்து. அவ்வடிவத்திற்கு ஏற்ற பேச்சு மொழியை அவற்றில் கையாண் டிருக்கிறார். 'விமோசனப் பள்ளு' கவிதை ஹிந்துஸ்தான் இதழில் வெளியாகியுள்ளது. கு.ப.ரா. அப்போது அவ்விதழில் பணியாற்றிக் கொண்டிருந்தார்.

சென்னை மாகாண முதலமைச்சராக இருந்த ராஜாஜியின் முன்னெடுப்பில் சேலம் ஜில்லாவில் மதுவிலக்கு அமல்படுத்தப் பட்டது. அதன் விளைவுகளை அறிக்கையாக அப்போதைய ஆட்சியர் சமர்ப்பித்துள்ளார். அதன் அடிப்படையில் எழுதப்பட்ட பாடல் இது. மதுவால் பாதிக்கப்பட்ட குடும்பத்தைச் சேர்ந்த பெண்ணொருத்தியின் கூற்றாக இதை அமைத்துள்ளார் கு.ப.ரா.. அனேகமாகப் பத்திரிகைத் தேவை கருதி இதை அவர் எழுதியிருக்கலாம். 'வெள்ளக்கார ராசாகிட்டெவொரு சேலத்து சாமி மந்திரியாம்; புள்ளெகுட்டி நல்லாயிருக்கணும்' என்று ராஜாஜியை வாழ்த்துகிறாள் அப்பெண். பாரதியாரின் 'புயற் காற்று' கவிதை கணவன் – மனைவி உரையாடலாக அமைந்திருக்கிறது. 'காற்றடிக்குது கடல் குமுறுது, கண்ணை விழிப்பாய் நாயகனே' என்று தொடங்கும் அப்பாடலின் சந்தத்தைப் பின்பற்றித் தம் பாடலைக் கு.ப.ரா. எழுதியுள்ளார்.

இது பிரச்சாரப் பாடல்தான். பிரச்சாரத்திற்குக் கவிதையைப் பயன்படுத்துவதில் உடன்பாடு இல்லாதவர் கு.ப.ரா.. பாரதிதாசன் கவிதைகள் பற்றி எழுதியுள்ள கட்டுரையில் 'பிரச்சாரத்திற்கு அவர் கவிதையை அடிமைப்படுத்த வேண்டாமென்று நான் அவருடைய பக்தர்களில் ஒருவன் என்ற முறையில் தாழ்மையுடன் கேட்டுக்கொள்ளுகிறேன்' (மணிக்கொடி, 15–06–1938) என்று எழுதுகிறார். பாரதிதாசனின் 'சஞ்சீவி பர்வதத்தின் சாரல்' குறுங்காவியத்தைப் பற்றிப் பேசும் அவர் அதில் பிரச்சாரம் வரும் பகுதிகளை விரிவாக எடுத்துக் காட்டுகிறார். சஞ்சீவி பர்வதத்தின் சாரல், புரட்சிக் கவி, வீரத்தாய் ஆகிய மூன்றையும் 'பிரச்சாரச் செய்யுட்கள்' என்கிறார். ஆகவே 'விமோசனப் பள்ளு' போன்ற பாடல்களை எழுதுவதில் கு.ப.ரா. உடன்பாடு இல்லாதவர் என்றாலும் பத்திரிகைத் தேவை கருதி எழுதும் நிர்ப்பந்தம் நேர்ந்திருக்கிறது.

மற்ற மூன்றும் வேறு மாதிரியானவை. 'வாழ்க்கை வழி' பாடல் வண்டிக்காரன் கூற்று. மிக எளிமையான வடிவம்; பேச்சு மொழி. நாட்டுப்பாடலை ஆழமாக உள்வாங்கிய திறன் இதில் வெளிப்படுகிறது. 'ஏண்டி புள்ளே, தாளு கட்டே எங்'ணே கொண்டு போறே?' என்று நடந்து செல்லும் பெண்ணை நோக்கிய கேள்வியில் தொடங்கும் பாடல் அவளை வண்டியில் ஏறிக்கொள்ளச் சொல்வதாக முடிகிறது. தன் வண்டியைக் 'கூண்டில்லாத மொட்டை வண்டி' என்கிறான். கூண்டிருக்கும் வண்டி என்றால் அவள் ஏறத் தயங்கலாம். மொட்டை வண்டியில் ஏறினால் எல்லோருக்கும் தெரியும் வண்ணம் போகலாம். 'துட்டு வாணாம் சும்மா ஏறு, பேசிக்கிட்டே போவோம்' என்று சொல்லி அவளுக்கு அழைப்பு விடுக்கிறான். எந்த

உள் அர்த்தமும் பார்க்காமல் வெளிப்படையாகப் பொருள் கொண்டாலே சுவையான பாடலாக அமைகிறது. வாய் விட்டு வாசிக்கும்போது சுவை கூடுகிறது.

இதற்கு 'வாழ்க்கை வழி' என்று தலைப்பிட்டுள்ளார். நீண்டு கிடக்கும் வழியில் வண்டிக்காரன் பயணம் போன்றதுதான் நம்முடையது. வண்டியில் ஒன்றுமில்லை; வெற்று வண்டிதான். ஏதோ இருப்பது போலப் பாவனை செய்து கொள்கிறோம். சுமைகளை எல்லாம் இறக்கிப் போட்டுவிட்டு ஏறி அமர்ந்து சும்மா பேசிக்கொண்டே போகலாம். எந்தச் சுமையும் வேண்டாம்; சும்மா ஏறுங்கள் என்று கு.ப.ரா. அழைப்பு விடுக்கிறார். வண்டிக்காரன் குரலல்ல; கு.ப.ரா.வின் குரல். வாழ்க்கை வழி; மொட்டை வண்டி; சுமைக் கட்டு; சும்மா; பேச்சு. எத்தனையோ அர்த்தங்களுக்குப் பாடல் தலைப்பு நம்மை இட்டுச் செல்கிறது. புழக்கத்தில் உள்ள பாடல் வடிவத்திற்குப் புதுப்பொருள் ஏற்றி அதை நவீன கவிதையாக்குகிறார் கு.ப.ரா..

'பொங்கல்' கவிதை இருவிதச் சந்தங்களைக் கொண்ட நாட்டுப்பாடல் வடிவம். கற்பனை வளத்தோடு எழுதிய பாடல். கதிர் ஈன்ற பயிர் வரப்பின் மேல் சாய்ந்து கிடக்கும் காட்சியை 'புள்ளத்தாச்சி வரப்பு மேல தூங்க' என்கிறார். சாயாமல் நேராக நிற்கும் பயிர்களை 'பொன் நிறப் பாம்பு படமெடுத்து ஆடுவதைப் போல' என்று சொல்கிறார். வெயில் பரவுவதை 'வெள்ளைக் கோலம்' என்கிறார். பாடலின் இரண்டாம் பகுதி தாளடிக்கும் செயல் பற்றிய விரிவான வருணனை. தாளைக் கட்டாகக் கட்டுதல், அடித்துத் தூற்றுதல், பதர் பிரித்தல், நெல் கூட்டுதல், குறி போடுதல், கோட்டை கட்டுதல், கரி தீட்டுதல், காவல் வைத்தல் உள்ளிட்ட வேளாண் வேலைகளைப் பாடல் விவரிக்கும் பாங்கு வியக்கச் செய்கிறது. இக்கவிதை வழங்கும் வேளாண் சொற்களைக் கொண்டு அக்கால நெல் வேளாண்மை முறை பற்றி ஆராயலாம். அழகான காட்சிகளை விவரிக்கும் இந்தப் பாடலைப் பொங்கல் பண்டிகையின் போதெல்லாம் கூட்டிசையாகப் பாடலாம் போலிருக்கிறது.

'ராக்கி நெனப்பு' பாடல் பலவித விமர்சனங்களுக்கு உட்பட்டது. ராக்கி என்னும் 'தீண்டாத சாதிப்' பெண்ணைப் பார்த்துக் காதல் கொண்ட ஆதிக்க சாதி ஆண் ஒருவனின் குரலாக ஒலிக்கும் பாடல் இது. இயல்பான சந்தம் கொண்ட பாடல் வடிவம்; பொருத்தமான உவமைகள்; தெளிவும் உணர்ச்சியும் இயைந்த சொற்கள் என எல்லாம் இடம்பெற்ற போதும் வெளிப்படையான சாதிக் குறிப்புகளைக் கொண்டிருப்பதால் இப்பாடல் இடறுகிறது. 'தீண்டாத சாதியவ', 'ஏண்டா அ'ங்ணெ

போயி பொறந்தா?', 'மட்ட சாதி ஈன சாதி', 'கெட்ட பய மவடா' என வரும் தொடர்கள் இன்று சங்கடத்தையும் கோபத்தையும் தருகின்றன. இவை 'கவிதை சொல்லி'யின் குரல் என்று சொல்லும் சமாதானம் வலுவுடையதல்ல. ஆதிக்க சாதிக் குரலைக் கடப்பது அத்தனை எளிதல்ல என்பதையே கு.ப.ரா.வின் இக்கவிதையும் உணர்த்துகிறது.

யாப்பிலக்கணத்திற்கு உட்பட்டது போலத் தோன்றும் சில வடிவங்களையும் உருவாக்கியிருக்கிறார். யோகம் கலைதல், கவி ஆகிய கவிதைகளை இத்தகைய வடிவங்களுக்குச் சான்றாகச் சொல்லலாம். மரபான ஓசையை மட்டும் எடுத்துக்கொண்டு எதுகை மோனை ஆகியவற்றை வலிந்து கொண்டுவராமல் இயல்பாக அமையும்படி செய்திருக்கிறார். 'யோகம் கலைதல்' மூன்று பகுதிகளாக உள்ளது. எண்சீர்க் கழிநெடிலடி ஆசிரிய விருத்தத்தைப் போன்ற சந்தத்தை முயன்று பார்த்திருக்கிறார். எதுகை, மோனை ஓரளவு பொருந்துகின்றன. நான்கடி இல்லை; மூவடியில் முடித்திருக்கிறார். புணர்ச்சி இலக்கணம் பின்பற்றப்படவில்லை. வாய் விட்டு வாசித்தால் சந்தம் தெரிகிறது. ஆனால் இது மரபுக் கவிதையல்ல. முயன்றிருந்தால் இதை எண்சீராக்கி இருக்கலாம். கு.ப.ரா.வால் முடியாத செயல் அல்ல. தாம் எடுத்துக்கொண்ட பொருளுக்கேற்பப் போதுமான இடத்தில் நிறுத்திவிடுகிறார். அதன் முதல் பகுதி:

கரிச்சான் ஒன்று கூரை மேலிருந்து
மருட்சியுடன் மெல்ல மெல்லத் தயங்கி
வரி திறந்து வேதம் பாடக் கேட்டு நான்
அவ்வின்பம் அலையெடுத்த இடத்தைப் பார்க்க
பரிந்து வந்தேன்; பாட்டை நிறுத்திப் பறவை
என்னைக் கண்டு எழுந்தோடி விட்டது!

கு.ப.ரா.வின் கவிதைகளில் இது மிகச் சிறப்பான ஒன்று. கரிச்சான், கோதையொருத்தி, கவியொருவன் என மூன்று பேர்; மூன்று காட்சிகள். உயிர்கள் அதனதன் இயல்பில் ஒரு செயலைச் செய்து கொண்டிருக்கச் செயல் கலைக்கும் இன்னொரு இடையீட்டைக் காட்டுகிறது கவிதை. கரிச்சான் பாடுகிறது. பாட்டைக் கேட்டு ரசிக்காமல் பாடும் அதன் உருவத்தைப் பார்க்க வந்ததும் அது பறந்தோடி விடுகிறது. கோதையொருத்தி குளித்து முடித்துத் தன் அழகைக் கண்டு லயிக்கிறாள். அதைக் காணும் ஒருவன் தன் ஏக்கத்தைப் பெருமூச்சாய் வெளியிடுவதைக் கண்ட அவள் ஆடை மறைத்துக் கொண்டு ஓடிப் போகிறாள். கவியொருவன் கற்பனை கொண்டு கவியெழுதும் மனநிலையில் இருக்கிறான். அங்கே செல்லும் இன்னொருவன் கவி மனதைக் கலைத்துவிடுகிறான். மூன்று செயல்களுமே

அவரவர் நிலையில் யோகம். அதைக் கலைக்க இன்னொரு வெளிச்சக்தி வந்து சேர்கிறது. யோகம் கலைதல் இயற்கையா? யோகத்தைக் கலைத்தலும் இயற்கைதானா? எப்படியிருந்தாலும் யோகம் கலைந்த துயர் மிஞ்சத்தான் செய்கிறது.

'கவி' என்பது சிந்துப் பாடல் வடிவத்தைக் கொண்டிருக்கிறது. எதுகை, மோனை மட்டுமல்லாமல் இயைபுத் தொடையும் இதில் அமைந்திருக்கிறது. மரபான பாடலையும் எழுத இயலும் என்பதைக் காட்டுவதற்காக எழுதப்பட்டதாகத் தோன்றுகிறது. இதைப் பாடலாம். காடு, கூடு, வீடு, சோடு என வரும் இயைபுச் சொற்கள் பாடலுக்கு ஓசையைக் கொடுக்கக் கூடியன. பாடல் முழுவதும் அப்படித்தான் அமைந்திருக்கிறது. ஆனால் இதற்குப் பொருள் கொள்வது கடினம். அந்த விபரீத முயற்சியில் நான் இறங்கவில்லை. கவியை வண்டாகவும் குயிலாகவும் உருவகிக்க முயல்கிறார். அவ்வளவுதான்.

இதுவல்லாமல் கவிதை பற்றி வேறு சில கவிதைகளையும் கு.ப.ரா. எழுதியுள்ளார். அவை சந்தக் கவிகள் அல்ல. 'கவிதை', 'கவிதைக்கு', 'கவிதைப் பெண்ணுக்கு' ஆகிய மூன்றும் அத்தகையவை. மூன்றுமே கவிதையைப் பெண்ணாக உருவகித்துப் பேசுகின்றன. 'கவிதை'யில் 'அவள் ஊர்வசியைப் போன்றவள்' என்றும் 'அவள் காவேரியைப் போன்றவள்' என்றும் கூறுகின்றார். இறுதியில் 'பெண் போல புன்முறுவல் கொண்டு போய்விடுவாள். மலர் போல மணம் வீசி அழைப்பாள்' என்கிறார். கவிதை சித்திக்காமல் கைவிட்டுப் போய்விடுவதையும் எனினும் விடாமல் ஈர்த்து அழைப்பதையும் முரணாக்கி இதை முடித்திருக்கிறார். கவி மனதின் சிக்கலை உணர்ந்து எழுதிய கவிதை இது.

'கவிதைக்கு' தலைப்பிலானது கவிதையைப் பெண்ணாக உருவகித்து அவளை நோக்கிக் கேள்வி கேட்பதாக அமைந்திருக்கிறது. நான்கு பகுதியாக அடுக்கு முறையில் எழுதப்பட்டிருக்கிறது. முதலடி தன் நிலை; அடுத்த அடி கவிதைப் பெண்ணை நோக்கிய கேள்வி. ஒவ்வொன்றிலும் ஒவ்வொரு கேள்வி. அடுத்தடுத்த படிநிலைகளைக் கேள்வி முன்வைத்துச் செல்கிறது. திரிந்தலைதல், பார்வை மங்கல், செவிடாய்ப் போதல், அடைபட்டுக் கிடத்தல் ஆகியவை தன் நிலைகள். முதல் கேள்வி 'என்னையேன் ஏறிட்டுப் பார்த்தாய்?' என்கிறது. 'ஏன் வழியிலிட்டு இழுத்தாய்?', 'எதற்காக இன்னிசையில் ஈடுபடச் செய்தாய்?', 'ஏன் ஆட்டி வைக்கிறாய்?' எனக் கேள்விகள் தொடர்கின்றன. சாதாரணமாக இருந்த ஒருவனைத் (கவிதைசொல்லி ஆண் என்பது தெளிவு)

தன் அழகுகளை எல்லாம் காட்டிக் கவிதைப் பெண் ஈர்த்துக் கொண்டாள் என்பதுதான் பொருள். அவ்வாறு ஈர்த்த கவிதை வழிகாட்டுகிறது; பார்வையை உருவாக்குகிறது; மனதைக் குவியச் செய்கிறது. என்பாட்டுக்குச் சாதாரண மனிதனாய் வாழ்ந்துவிட்டுப் போயிருக்க வேண்டிய என்னை ஈர்த்து ஏன் இப்படிக் கஷ்டபடுத்துகிறாய் என்னும் தொனியும் கேள்விகளில் இருக்கிறது. காதல் வாதையை வெளிப்படுத்துவதாகவும் தோன்றுகிறது.

இக்கவிதை மூன்று இதழ்களில் பிரசுரமாகியுள்ளது. மணிக்கொடியிலும் பாரதமணியிலும் வெளியானபோது 'கவிதைக்கு' என்பதுதான் தலைப்பு. கு.ப.ரா. இறப்புக்குப் பிறகு 'தலைவியின் தேர்தல்' என்னும் தலைப்பில் 'கிராம ஊழியனில்' வெளியாகியுள்ளது. இத்தலைப்பு கு.ப.ரா.வே கொடுத்ததாகத்தான் இருக்க வேண்டும். அவர் கையெழுத்துப் பிரதியிலிருந்து எடுத்து வெளியிட்டிருக்கிறார்கள். திருத்தத்தின் போது இக்கவிதையின் பொதுத்தன்மையை உணர்த்தும் வகையில் தலைப்பு மாற்றத்தைக் கு.ப.ரா. செய்திருக்கலாம். 'தலைவி' யார்? கவிதைத் தலைவியாகவும் இருக்கலாம்; காதலியாகவும் இருக்கலாம். தலைப்பு மாற்றம் கு.ப.ரா.வின் கவிதைப் பார்வையில் நேர்ந்திருக்கும் மாற்றத்தையும் குறிக்கிறது. இயல்பான சொல்லிணைவுகளும் சந்தமும் கொண்ட நல்ல கவிதை இது.

'கவிதைப் பெண்ணுக்கு' என்பதில் தலைப்பிலேயே 'பெண்' வந்துவிடுகிறாள். கவிதையோடு தனக்கு ஏற்பட்ட தொடர்பைப் பிறர் அறியாமல் நடந்த திருமணமாகக் காட்டுகிறார். கவிதைப் பெண்ணின் காலடியில் ஒரு சேவகனாக இருக்கும் பேற்றையே வேண்டுகிறார். அப்பெண் அவ்விதம் இருக்க விடவில்லை. காதலனாக்கிக் கொண்டாள். பிறகு திருமணமும் முடிந்தது. யார் சாட்சி? கவிதையும் அவரும்தான் சாட்சி; அவர்களே புரோகிதர்கள். மாலை மாற்றல், கை கோத்தல், கங்கணம் பூணுதல், மந்திரம் ஓதுதல், வலம் வருதல் எனத் திருமணக் காட்சிகள் விரிகின்றன. உயிர் விசிறிய உள்ளத் தீ முன் ஆவியின் அந்தரங்க மந்திரம் ஓதி நடைபெற்ற திருமணம் அது. வாசிக்க லகுவும் ஈர்ப்பும் கொண்ட கவிதை.

கவிதை பற்றியே கவிதை எழுதுவது கவிஞர்களின் இயல்பு. கவிதையைப் பெண்ணாகக் கண்டு பேசும் பாணியும் புதிதல்ல. எனினும் வாசிப்புச் சுவை கொண்ட இக்கவிதைகள் கு.ப.ரா.வின் கவிதை ஈடுபாட்டை வெளிப்படுத்துகின்றன.

ஒவ்வொரு வரியையும் கவிதையின் ஒவ்வொரு அடியாக்கிப் பார்க்கும் முயற்சியைக் கு.ப.ரா. செய்திருக்கிறார். 'கருவளையும் கையும்' கவிதைகள் அப்படிப்பட்டவை. இத்தலைப்பில் ஒன்பது கவிதைகள் உள்ளன. முதலிரண்டு கவிதைகளுக்கு மட்டும் துணைத்தலைப்பு கொடுத்திருக்கிறார். 'பெண்மையின் பிறவி ரகசியம்' என்னும் துணைத்தலைப்பு கொண்ட கவிதையில் 'கருவளையிலும் கையிலும்' என்னும் தொடர் வருகிறது. அக்கவிதையின் திருத்திய வடிவத்தில் 'கருவளையும் கையும்' என்றே அமைகிறது. ஒற்றைத் தலைப்பின் கீழ் எழுதப் பட்ட இக்கவிதைகள் சிலவற்றைப் பின்னர் செறிவாக்கிச் செம்மைப்படுத்தியிருக்கிறார். ஆனால் முதல் வடிவமே மனதை ஈர்ப்பதாக இருக்கிறது. இக்கவிதைகளில் துள்ளும் சொற்களும் உணர்ச்சிகளும் அபாரமானவை. காதலும் காமமும் கரைபுரளும் ஆண் மனதின் அசாத்திய வெளிப்பாடுகள். இக்கவிதைகளை வாய்விட்டு வாசித்தால் பனிமயக்கம் தோன்றுகிறது. சொற்சேர்க்கைகள், உவமைகள், கேள்விகள் எனக் கலந்து கிடக்கும் இக்கவிதைகளில் நீள்தொடர்கள் அடியாக அமைந்து மனதை வாரிச் செல்கின்றன.

'உனது குரலில் ஒரு கான ருசி ஊறி உதட்டில் உருவெடுக்கிறது', 'என் ஊக்கம் உன் உயிரில் பற்பதிவு கொண்டு இனிமையைச் சுவைக்கிறது' என்பவற்றில் கானருசி, பற்பதிவு ஆகிய சொற்சேர்க்கைகள் தொடரின் பிற சொற்களுடன் இயைந்து கிறக்கத்தை உருவாக்குகின்றன. கண்களைப் பற்றிப் பேசும்போது 'உன் கண்களில் என்ன நிலைக்காக் கவர்ச்சி ஊற்றெடுத்திருக்கிறது' என்றெழுதுகிறார். 'நிலைக்காக் கவர்ச்சி' என்பது கணந்தோறும் மாறிக் கொண்டேயிருக்கும் ஈர்ப்பைக் காட்சிப்படுத்துகிறது. 'மாயம் கொஞ்சும் சொற்கள்' என்கிறார். ஆம். இந்தக் கவிதைகளில் அவர் கையாண்டிருப்பவை மாயம் கொஞ்சும் சொற்கள்தான். உயிர்ப்பாலைவனம், இமைக்கரை, உயிர்ச்சாயல், இச்சை வெள்ளம், மகிழ்ச்சிச் சிறை, மாயை நிழல், மதுவனம், அமுதவடிவு, இளமையின் இறுமாப்பு என்றெல்லாம் சொற்சேர்க்கைகள் வெகுவாக இயைந்து நிற்கின்றன. இவை மட்டுமல்ல, தொடரில் சொற்கள் இணைவு பெற்றிருக்கும் விதமும் வியப்பூட்டுகின்றன. 'உனது புன்னகையிலும் புருவ நெரிப்பிலும் மும்மரத்திலும் முறுவலிலும் ஊக்கத்திலும் ஏக்கத்திலும் பேச்சிலும் பேசாமையிலும் ஒரு பெருக்கு போன்று புரண்டோடும் சக்தியின் அலைகள் கிளம்பிக் கிளம்பி வந்து என் இதயக்கரையில் அடித்து அவா நீக்குகின்றன' என்றொரு நெடுந்தொடர் அமைகிறது. சிறுகுழப்பமும் அற்ற

நெடுந்தொடர். வாசிக்கும்போது ஒரு பெருக்கு போன்று மொழி புரண்டோடுவதைக் காண முடிகிறது. இவ்விதம் பல.

'கருவளையும் கையும்' கவிதை உவமைகள் எந்தப் பிரயாசையும் இல்லாமல் தாமாக வந்து சேர்ந்திருக்கின்றன. மொக்கின் மர்மம் போல, பாஞ்சாலியின் புடவை போல, பிறை போல, மலரின் மணம் போல, தோலைத் தகர்த்துக்கொண்டு வெளியேற முயலும் முளைகள் போல, மொட்டில் மலர்ச்சி போல என எத்தனை உவமைகள். சில உவமைகள் பழையவை என்றாலும் வந்தமையும் இடம் அத்தனை பொருத்தமாகிப் புதுமையாய்ப் பளிச்சிடுகின்றன. கு.ப.ரா.வின் கவிமனத்தின் பெருக்கைக் காட்டும் பல உவமைகள் இக்கவிதைத் தொடரில் உள்ளன. 'ஆகாயத்தில் சீறிச் சேரும் இரண்டு நட்சத்திரங்கள் போல நமது உயிர்கள் உருகிக் கலந்து ஒன்றாக உறைந்து போய்விட்டன' என்றொரு கவித்தொடர். உயிர்கள் உருகிக் கலந்து ஒன்றாக உறைந்தமைக்கு ஆகாயத்தில் சீறிச் சேரும் நட்சத்திரங்கள் உவமை. 'சீறிச் சேர்தல்' என்பதை எங்கிருந்துதான் கண்டடைந்தாரோ? இரு உயிர்கள் கலத்தலைத் 'திரியும் தீச்சுடரும் போல' என்கிறார். ஓரிடத்தில் உவமைகளை அடுக்கிக் கவிதையை முடிக்கிறார். 'கிளையை மீறின கனி போன்ற ஒரு ருசி; தந்தியை மீறி மிதக்கும் கமகம் போன்ற நாதம்; பார்வையை மீறிப் பறக்கும் பக்ஷியைப் போன்ற ஒரு உண்மை' என அடுக்கும் உவமைகளின் இறுதியாக 'உடலை மீறிப் போகும் உயிரைப் போன்ற ஒரு நிலை' என்பது அமைகிறது. மீறலின் இறுதி உடலை மீறும் உயிர். இப்படிப் பல உவமைகள் சிலிர்ப்பைத் தருகின்றன.

இக்கவிதைகளில் பல வினாத்தொடர்கள். சில வினாக்களுக்குப் பதில் சொல்ல முயல்கிறார். பெரும்பாலான வினாக்கள் ஐயங்களையே வெளிப்படுத்துகின்றன. இன்பத்தின் உச்ச நிலையில் உருவாகும் குழப்பநிலையின் பிரதிபலிப்பே இவ்வினாக்கள். முதல் எட்டுக் கவிதைகளில் ஒரே ஒரு கவிதையில் மட்டுமே வினா இல்லை. சில கவிதைகளில் வினாக்கள் மட்டுமே உள்ளன. காதலின் நிலைகளில் எதை முடிவாகச் சொல்ல முடியும்? எல்லாம் வினாக்களாகவே எஞ்சி நிற்கின்றன. முதல் கவிதையில் 'பெண்ணே' என விளித்துத் தம் ஐயங்களை வினாக்களாக அடுக்குகிறார். அடுத்த கவிதையில் ஒரு வினா. அதன் துணை வினாக்கள். பிறகு ஒருவகைப் பதில். தேடலின் விளைவு வினாக்கள். காமத் தேடலில் எந்த வினாவுக்கும் தெளிவான பதிலைக் கொடுத்துவிட முடியாது. எந்தப் பதிலுமே போதாமை கொண்டிருப்பதுதான். வினாக்களின் சாத்தியங்களை எல்லாம் இக்கவிதைகளில் முயன்று பார்த்திருக்கிறார் கு.ப.ரா..

விரகம், உரம், விடுதலை, வேறோர் உருவம், உயிர் தரிசனம் ஆகியவையும் 'கருவளையும் கையும்' கவிதைத் தொடரில் இடம்பெற வேண்டியவை. அதற்குரிய அனைத்துக் கூறுகளையும் கொண்டிலங்குகின்றன.

இக்கவிதைகள் அனைத்தும் காதலையும் காமத்தையும் பேசுபவை. ஒலிப்பது ஓர் ஆண்குரல். ஒவ்வொரு கவிதைக்கும் ஒவ்வொரு சூழல் இருக்கிறது. அச்சூழலைக் கவிதைக்குள் ளிருந்தே கண்டடைய வேண்டும். ஓரிரு கவிதைகள் பலவகைச் சூழலுக்குப் பொருந்துகின்றன. சில கவிதைகளில் சூழலை எளிதாக உருவாக்கிக் கொள்ள முடிகிறது. காதல் நிலை, காம நிலை, காமத்திற்குப் பிந்தைய நிலை என்றெல்லாம் ஒவ்வொரு வகையில் சூழலை வரித்துக்கொள்ளக் கவிதைக்குள் குறிப்புகள் இருக்கின்றன. ஒரு கவிதையில் 'நீ வெற்றிலை மடிக்கும் பொழுது' என்று வருகிறது. கணவனுக்கு வெற்றிலை மடித்துக் கொடுக்கும் மனைவி. இது ஒருகாலத்திய வழக்கம். இக்கவிதையில் புதுமணத் தம்பதியர் தனியாக இருக்கும் சூழல் என்பதை உருவாக்கிக் கொள்ள முடிகிறது. 'இவ்வொரு வருச விமரிசையில் நாம் எவ்வளவு வளர்ந்துவிட்டோம்' என்று தொடங்கும் கவிதை மணமாகி ஓராண்டு கடந்த நிலை என்பதை உணர்த்துகிறது. அந்தச் சூழலையும் கவிதை பேசும் உணர்ச்சியையும் இணைக்கும் பொழுது மிதமிஞ்சிய காதலில் தவிக்கும் மனதின் பேரின்ப நிலையை அறிய முடிகிறது.

இக்கவிதைகளில் பெண்குரல் பதிவு ஏதுமில்லை என்பது அவற்றிலிருந்து வெளியேறி நிதானமாக யோசித்தால் மட்டுமே தோன்றுகிறது. அவர் இறுதியாக எழுதிய 'கருவளையும் கையும் 9' கவிதையை இவற்றோடு ஒப்பிட்டுப் பார்க்க இயலவில்லை. அதில் இந்த உணர்ச்சிக் கொந்தளிப்பு இல்லை. நிதானமான கவிதையாக்கம் செயல்பட்டுள்ளது. ஆனால் 'மணிக்கொடி'யில் வெளியான 'கேள்வி' என்னும் கவிதையை இவற்றுடன் இணைத்துப் பார்க்கலாம். 'ஓவியமூட்டும் உன் ஒளிக்கரங்களை விட்டு, நான் பிரிவினை கொள்ளும் போர் வேளையில், உன் கண்களைக் கலக்குவதென்ன, காதலல்லாமல்?' என்று அதில் எழுதுகிறார்.

வாழ்வின் இன்பத் திளைப்பில் ஈடுபட்டிருந்த காலத்தில் இக்கவிதைகளைக் கு.ப.ரா. எழுதியிருக்கக் கூடும். துயரத்தின் சிறுசாயலும் இக்கவிதைகளில் படியவில்லை. அவர் எழுதிய வற்றில் இக்கவிதைகளையே உச்சமானவை எனச் சொல்லலாம். பின்னர் எழுதியவை இக்கவிதை அலைகளின் நுனியை நோக்கிக்கூட உயர முடியவில்லை என்றுதான் தோன்றுகிறது.

இக்கவிதைகளில் எல்லாம் ஒருங்கமைந்து 'இசைக்கு மிஞ்சின இன்பம் கவிதை' என்று பெருமிதம் கொள்ளச் செய்கின்றன.

கவிதைகளில் தொடரை வாசிப்புக்கேற்ற விதத்தில் பிரித்து உடைத்து அடி அமைக்கவும் முயன்றிருக்கிறார் கு.ப.ரா.. மாங்கனிச் சுவைப்பு, எதற்காக? ஆகியவற்றில் அவர் நவீன கவிதைக்குரிய அடியமைப்பை உருவாக்கிக் காட்டியிருக்கிறார்.

இளமையின் ஆர்வ இதழ்கள்
உண்மைக் கனியை
உரித்துச் சுவைத்து
சாற்றை உறிஞ்சி சௌக்கியம் கொள்ளப்
பதைக்கின்றன!

இது 'மாங்கனிச் சுவைப்பு' கவிதையின் தொடக்க அடிகள். ஆம், அடி என்று சொல்லும் வகையில் கவிதையில் சொற்கள் பிரிந்து இதில் அமைந்திருக்கின்றன. கவிதையை வாசிக்கும்போது கிடைக்கும் சந்தம் மட்டுமல்ல, பொருள் அடிப்படையிலும் நிறுத்தம் கொடுத்துப் பிரித்திருக்கிறார். நவீன கவிதையின் தொடக்க காலத்தில் இத்தகைய உணர்வு இருந்திருப்பது முக்கியமான விஷயம். கருவளையும் கையும் கவிதைத் தொடரின் அடுத்த நிலையை இந்தக் கவிதை பேசுகிறது. சதையின் இனிப்பை அவாவும் மனம் கொட்டையின் கைப்பைத் தவிர்க்கப் பார்க்கிறது. அதை இக்கவிதை பேசுகிறது.

'எதற்காக?' கவிதையும் அடி பிரிப்பில் செம்மையானது.

பாம்பே, படமெடுத்து நீ ஏன் இப்படி
மகுடி முன் மெய்மறந்து ஆடுகிறாய்?
பாம்பாட்டிக்குப் பிழைப்பளிக்கவா?
இல்லை, இல்லை!
ஆடியாடியுன் ஆவலைத் தீர்த்துக்கொள்ள!

இவற்றை வாசிக்கும்போது எந்த நிரடலும் ஏற்படுவதில்லை. பாரதியார் கவிதைகளில் மிகுந்த ஈடுபாடு கொண்டவர் கு.ப.ரா.. பாரதியாரது வசன கவிதைகளின் தாக்கம் கு.ப.ரா. விடம் இருந்திருக்கக் கூடும். ஆங்கிலக் கவிதை வாசிப்பும் ஆங்கிலத்தில் கவிதை எழுதும் முயற்சிகளையும் அவர் செய்திருக்கிறார். கு.ப.ரா. கவிதைகளின் பின்னணியை இவ்வாறு தொடக்க கால முன்னோடி ஒருவருக்குப் பயன்பட்டிருக்கும், செல்வாக்கு செலுத்தியிருக்கும் பலவற்றையும் இணைத்துக் காணலாம்.

கருப்பொருள்களிலும் கு.ப.ரா. சோடை போகவில்லை. மரபும் நவீனமும் கலந்த விஷயங்கள் ஊடாடுகின்றன.

காதலை, பெண்மையைப் போற்றுவதில் மரபு தென்படுகிறது. காதல் எக்காலத்திற்குமான தீராக் கருப்பொருள். அதை எப்படி மரபுக்குத் தத்தம் செய்வது? எதுவாக இருந்தாலும் அதில் நவீனப் பார்வையைச் சேர்த்துவிடுகிறார். கேள்வி இல்லாத கவிதை எதுவும் இல்லை. சில கவிதைகள் முழுவதும் கேள்விகளாக இருக்கின்றன. 'கேள்வி' என்னும் தலைப்பிலேயே ஒரு கவிதை இருக்கிறது. 'எல்லாவற்றையும் சந்தேகி' என்பதுதானே நவீனப் பார்வை? 'பெண்ணே' என விளியில் தொடங்கும் 'கருவளையும் கையும்' தொடரில் எத்தனை கேள்விகள். அக்கவிதைகள் மரபான பெண்ணையா காட்டுகின்றன? அவை நேரடியாகப் பெண்ணை நோக்கிப் பேசுவது போலத் தோன்றுவது கவிதை செய்யும் கண்கட்டு. கவிதையைப் பெண்ணாக்கிச் சொல்கிறாரோ? இயற்கையைப் பெண்ணாக்கிச் சொல்கிறாரோ? அவற்றை கவிதை உத்தியாகிய உருவகத்துள் வைத்துப் பார்க்கலாம். 'எதற்காக?' கவிதையில் 'பெண்ணே, புருஷனுக்கேன் இப்படிப் பணிந்து அடிமை போல இட்டதெல்லாம் செய்கிறாய்?' என்று கேட்கிறார். அதற்குப் பதிலையும் அவரே சொல்கிறார். 'புருஷனுக்கஞ்சியா? இல்லை, இல்லை. இட்டதைச் செய்து செய்து உணர்ச்சியை அடக்க' என்கிறார். பெண் தன் உணர்ச்சிகளை அடக்கிக்கொள்ள வேலைகள் உதவுகின்றன என்னும் பார்வையை வைக்கிறார்.

வேறு பொருள்களையும் கவிதையில் கொண்டிருக்கிறார். 'பொன் ஏர்' கவிதை புரட்சியைப் பேசுவது போல அர்த்தமாகிறது.

'கிழக்கு வெளுக்குது
பொழுதேறப் பொன்பரவும் ஏரடியில்
நல்லவேளையில் நாட்டுவோம் கொழுவை'

என்பதற்கு வேறென்னதான் அர்த்தம்? புத்தனை நவீன கவிதையில் கொண்டு வந்தவர் கு.ப.ரா.தான். 'புத்த பகவான்' என்னும் தலைப்பிலான அக்கவிதை புத்தர் புகழ் பாடுகிறது. 'வாழ்க்கை, மதப் பொய்களினடியில் புதைந்து திணறும் கோலம் கண்டு கலங்கினாய்' என்கிறார். இறுதியாய் 'ஓர் கர்ம யோகத்தைக் கற்பித்து நடத்தினாய்' என்று முடிக்கிறார். அதன் இன்னொரு வடிவத்தில் 'புத்த, நீ பகவான்' என்று போற்றுகின்றார்.

பாம்பாட்டியைக் கேள்வி கேட்கிறார். 'மதுக்கிண்ணத்தைப் பற்றிப் பேசினானே, உமர்கயாம், அவனைத் தொடர்வோம்' என்று 'நண்பனுக்கு' கவிதையில் சொல்கிறார். கடற்கரை ஓரம் நிற்கும் சிறுபெண்ணிடம் உரையாடும் 'கடற்கரைப் பெண்' கவிதையில் 'காலத்தின் காலையற்ற இருள் அதன் ஆழ்ந்த

குகையிலிருந்தா?' என்று தரிசனம் நோக்கிச் செல்கிறார். நவீன வாழ்க்கைக்குரிய சொற்கள், பின்னணி எல்லாம் இவர் கவிதையில் இடம்பெறுகின்றன. 'காமிரா', 'வானொலி' ஆகியவை முதலில் கவிதைக்குள் வந்திருக்கின்றன.

பெரும்பான்மையும் காதலையும் காமத்தையும் கொண்டு பெண்ணை நோக்கிப் பேசும் கவிதைகள் இவருடையவை. வேறுவகைப் பொருள்களையும் அளவாகக் கொண்டிருக்கிறார். நவீன கவிதைக்குரிய சொற்சேர்க்கைகள், அடி வரையறைகள், உவமைகள், மொழிப் பயன்பாடு, உணர்ச்சி வெளிப்பாடு எனப் பலவற்றையும் உள்ளடக்கிய இக்கவிதைகள் இப்போதும் ஒளிவிட்டுப் பிரகாசிக்கின்றன. முன்னோடிக் கவிதை என்னும் ஆவண மதிப்பு மட்டுமல்ல, நவீனக் கூறுகளோடு மனதிற்குச் சுவை கூட்டும் கவித்துவம் பெருகி நிற்கும் இலக்கிய மதிப்பையும் இக்கவிதைகள் பெற்றுத் திகழ்கின்றன.

● ● ●

கட்டுரை

வசன கவிதை

கு.ப.ரா.

வசன கவிதையைச் செவி நுகருமா என்றால் நுகரும். ஏனென்றால் வசன கவிதைக்கும் யாப்பிலக்கணம் உண்டு. அதிலும் மாவிளங்காய், தேமாங்கனி எல்லாம் வந்தாக வேண்டும். வரும்வகை மட்டும் வேறாக இருக்கும். அவ்வளவுதான். வசன கவிதைக்கும் யதுகை மோனை கட்டாயம் உண்டு. ஏனெனில் இந்த அலங்காரங்களை எல்லாம் உண்டாக்கினது கவிதை; இலக்கணமல்ல. அது அவற்றை இஷ்டம் போல், சமயத்திற்கேற்றவாறு மாற்றிக் கொள்ளும். முதலில் உண்டாக்கினபடியே இருக்க என்றால் இருக்காது. இலக்கியம் கூறுவதுதான் இலக்கணம். இலக்கணம் கூறுவது இலக்கியமாகவே முடியாது. கவிதை எல்லாம் நம் சொல் யாப்பிலக்கணத்தை ஒட்டியே இருக்க வேண்டுமென்று இலக்கணப் பிடிவாதம் செய்தால் நடக்காது. நன்னூலுக்கும் மேலான ஒரு புதுநூலை இலக்கியத்தின் போக்கிற்கொப்ப (இலக்கணம்) தயாரித்துக் கொள்ள வேண்டும்.

காம்போதி ராகம் போட்டுப் பாட வருவதுதான் கவிதை என்று யாராவது வாதித்தால் அவர்களுக்குக் கவிதை இன்னதென்றே தெரியாது என்றுதான் நாம் பதில் சொல்ல வேண்டும். ஆங்கிலக் கவிதையை நாம் ராகம் போட்டுப் பாடியா அனுபவிக்கிறோம்? அவர்களுடைய ராகத்தைப் போட்டுப் பாடினால் தான் அது நன்றாக விளங்கும் என்று சொல்ல யாராவது முன்வருவார்களா?

பொதுவாகக் கவிதைக்கு எந்த பாஷையிலிருந்தாலும் சரி, ஒரு தனி ராகமும் தாளமும் இருக்கின்றன. அதை அனுபவிக்க கர்நாடக சங்கீதத்தின் ஒத்தாசையோ ஐரோப்பிய சங்கீதத்தின் ஒத்தாசையோ வேண்டியதே இல்லை. கவிதையின் ராகம் உள்ளத்தில் கிளம்புகிறது. ஹிருதயம் தாளம் போடுகிறது.

We see Heaven in a wild flower
And Eternity in a grain of sand

என்ற சித்த வாழ்க்கை அனுபவிக்க நாம் ஐரோப்பிய சங்கீதத்தைக் கற்க வேண்டியதில்லை. 'புல்லினில் வைரப்படை தோன்றுங்கால்' என்பதை அனுபவிக்கக் காம்போதி ராகமா வேண்டும்?

நமது விழிகளிலே மின்னல் பிறந்திடுக!
நமது பாட்டு மின்னலுடைத் தாகுக!

என்ற மகா வாக்கு கவிதையாக எந்தச் சங்கீதத்தின் உதவி வேண்டும், கேட்கிறேன்.

வசன கவிதையை ஏளனமாகப் பேசுவது இப்பொழுது இலக்கிய ரசிகர்களிடையே 'பாஷன்.'

'இதென்ன வசன கவிதையா? இப்பொழுது யாப்பிலக்கணம் தெரியாதவர்களெல்லாம் இப்படி ஆரம்பித்துவிட்டார்கள். வாய்க்கு வந்ததை எல்லாம் வசன கவிதை என்கிறார்கள்' என்று ஒரு சிலர் கேலி.

வசன கவிதை புதியதொன்றுமில்லை. பண்டைத் தமிழில் இருந்ததுதான் அது. அகவல் வசன கவிதைதானே? இவர்கள் என்ன புதிதாகக் கண்டுபிடித்துவிட்டார்கள் என்று மற்றும் சிலர் தாக்குதல்.

வேடிக்கை என்னவென்றால் எதிர்ப்பாளர்கள் இரு தரப்பினர்களாக இருக்கிறார்கள். ஒருவர் ஆட்சேபணை மற்றொருவரது போலல்ல. ஒருவர் வசன கவியே கூடாது என்கிறார். மற்றவர் அது புதிது என்று சொல்லக் கூடாது என்கிறார். விசித்திரம்தானே இது?

யாப்பிலக்கணம் தெரியாததால் வசன கவிதையைப் பிடித்துக் கொண்டார்கள் அதை எழுதுகின்றவர்கள் என்கிற வாதம் சுத்த அசட்டுத்தனத்தைத் தவிர வேறொன்றுமில்லை. எழுதுகிறவர்களுக்குத் தேவையானால் யாப்பிலக்கணத்தைக் கற்றுக்கொள்ள எத்தனை நாழிகைகள் ஆகும்! அதென்ன அப்படி

எளிதில் கற்றறிய முடியாத வித்தையா? தமிழ்ப் பண்டிதருக்கு வரும், கவிதை எழுத முனைகிறவனுக்கு வராமல் போய்விடுமா என்ன? அப்படிப்பட்ட பிரம்ம வித்தை ஒன்றுமில்லை. அது நிச்சயம். யாப்பிலக்கணத்தைப் படிக்காமல் கூடக் கண்களை மூடிக்கொண்டு செய்யுள் பாடலாம். அது கிடக்கட்டும். வால்ட் விட்மனும் எட்வர்டு கார்பெண்டரும் ஆங்கில யாப்பிலக்கணம் கற்றறியத் தெரியாமல்தான் வசன கவிதை எழுதினார்களோ! யாப்பிலக்கணமே ஏற்படும்படி வங்காளியில் பாக்கள் பாடிய ரவீந்திரர் கடைசி காலத்தில் வங்காளியில் வசன காவியத்தில் எழுதித் தொலைத்தார். அதுதான் போகட்டும் என்றால் சுப்பிரமணிய பாரதி, யாப்பிலக்கண முறையில் ஏராளமாக எழுதினவர், காட்சிகள் என்ற வசன கவிதையும் எழுதினார். காட்சிகளையும் யாப்பிலக்கண முறையிலேயே எழுதி இருக்கக் கூடாதோ?

மேற்சொன்ன ரசிகர்களுக்குப் பயந்து பாரதி காட்சிகளை யாப்பிலக்கண முறையில் எழுதியிருந்தால் கவைக்குதவாமல் போயிருக்கும். காட்சி யாப்பிலக்கண முறையில் அமையாததால் தான் அவ்வளவு சிறப்பும் அழகும் வேகமும் கொண்டிருக்கின்றன. யாப்பிலக்கணத்துக்குக் கட்டுப்பட்டு வந்த கவிதையும் உண்டு. கவிதை என்ற வஸ்து நேரசை நிரையசையில் மட்டுமில்லை. அவை ஒழுங்காக இருந்தால் மட்டும் கவிதை வந்துவிடாது. கவிதை என்பது நடை மட்டுமல்ல; கருத்தும் இருக்க வேண்டும். செவி நுகர் கவிதை என்று கம்பன் சொன்னதைத் திரித்துச் செவி நுகர்வதுதான் கவிதை என்று கொள்வது தப்பு. கவிதை செவி நுகர்வதாக இருக்க வேண்டும் என்பதுதான் பொருள். செவி நுகர்வதெல்லாம் எங்காவது கவிதையாக முடியுமா? கவிதையெல்லாம் செவி நுகர்வதாக இருக்கும் நிச்சயம். எழுதுவதற்கு எழுச்சி வேண்டும். அந்த எழுச்சியும் உண்டுபண்ணிக் கொள்ளுவதல்ல. பசியைப் போலவும் தாகத்தைப் போலவும் இயற்கையாக ஏற்படுகிறது. எழுத வேண்டும், எழுதியாக வேண்டும் என்ற வேட்கை நிறைவேறிய பிறகுதான் அடங்குகிறது. எழுச்சி ஏற்பட்ட பிறகு எழுதாமல் இருக்க முடியாது. நிறைவேறாத காதல் வேட்கை போல உள்ளத்தையும் உடலையும் கூட வாட்டும். எழுதிவிட்டால் நிம்மதி, உள்ளத்தில் ஓய்வு, உடம்பிலே அயர்வு ஏற்படுகிறது. மகாகவி கீட்ஸ் ஒருசமயத்தில் 'நேற்றிரவு எழுதிய காவியம் குணப்படுகிறது' என்று எழுதினார்.

என் அற்ப அனுபவமும் அதுதான். எழுச்சி இருந்தால்தான் எழுத வருகிறது. இல்லாவிட்டால் என்ன முயன்றாலும்

முடிவதில்லை. எழுச்சி ஏற்பட்டு இரண்டு மூன்று மணி நேரங்கள் எழுதினால் இரத்த நஷ்டம் ஏற்பட்டது போன்ற தளர்ச்சி.

பசி, தாகம் போலத்தான் இந்த எழுச்சி என்றால் இதை வரவழைத்துக் கொள்ளவே முடியாதா? தேகப் பயிற்சியாலும் வேலையாலும் பசி தாகங்கள் ஏற்படுகின்றனவே யென்றால் இதையும் ஒருவாறு வரவழைக்கலாம்; எல்லாக் காலமும் முடியாது.

எழுச்சி கொடுக்கும் நூல்களைப் படித்தால் சிறிது பயன் உண்டு. எழுச்சி கொடுக்கும் பாடல்களையும் ஓவியங்களையும் சிற்பங்களையும் காட்சிகளையும் பார்த்தால் கண்டிப்பாக ஆவேசம் ஏற்படும், எழுத்தும் வரும். தொடர்ந்து எழுதுவதற்கான எழுச்சி ஏற்படுவதற்குத் தேர்ந்த படிப்பும் படித்ததை உள்ளத்தில் கொள்ளும் சக்தியும் புற உலகத்தைப் பார்த்து அனுபவத்தைச் சேகரிக்கும் சக்தியும் வேண்டும்.

இந்தச் சக்தியும் பிறவியிலே ஓரளவு இருக்க வேண்டும் - செயலில் பூர்த்தி செய்து கொள்ளலாம்.

●●●

கலாமோகினி, 15-01-1943.

கவிதைகள்

1.
கவிதை

கவிதை ஊர்வசியைப் போன்றவள். மேலுலகத்து மங்காத மேனியுடையவள்; நிகரற்ற நேர் நிறத்தாள். விண்ணுலகின் விரஸமான வேட்கைகளை வெறுத்து சந்திரனை அண்டி வந்த தாரை போல, அழிவை வந்து அணுகுகிறாள். வெண்ணிலாவின் வெள்ளி வெளிச்சத்தில், வெள்ளையுடுத்து வெளியேறி உயிரின் காதலியாக வருகிறாள். கந்தமாதனத்தின் கொடுமுடியில் எல்லையற்ற எழில் வேளையில் அழகு உண்மையுடன் கூடுகிறது! – இரவி பகலுடன் போல – ஆயுஸ் என்னும் இளமையைக் கவர்கிறது – இரவு சந்திரனைப் போல.

ooo

கவிதை காவேரி போன்றவள். மனதென்னும் மலையில், கனவெனும் கார்மேகமீன்ற மையல் குழந்தையாய்ப் பிறந்து, உண்மையெனும் நீருருவாய், செய்யுள் வழியில், இசைக் கரைகளின் நடுவே தவழ்ந்து வருகிறாள். அவளுடைய ஒலி அலைகள் இசைக் கரைகளிலே மோதி மெய்மறக்கின்றன. புலன்களை நிரப்பி பயிரேற்றுகிறாள். மனிதன் பருகும் பானகமாகிறாள். கடலெனும் கரையற்ற மெய்யைக் கலந்து நிற்கிறாள்.

ooo

பெண் போல புன்முறுவல் கொண்டு போய்விடுவாள். மலர் போல மணம் வீசி அழைப்பாள்.'

●

மணிக்கொடி, 08–09–1934

2.

கருவளையும் கையும் 1

பெண்மையின் பிறவி ரகசியம்

பெண்ணே! உன் கண்களில் என்ன நிலைக்காக் கவர்ச்சி
ஊற்றெடுத்திருக்கிறது –
இப்படிக் கவிகள் களைப்பின்றி காவியமியற்றுகிறார்கள்?
உன் கருவளையிலும் கையிலும் என்ன கவிதை கட்டழகு
பெற்றிருக்கிறது –
இப்படி யுகம் யுகமாக மனிதனை மயக்குகிறது?
உன் இதழ்களில் பிறந்து மாயம் கொஞ்சுஞ் சொற்கள் என்ன
மட்டில்லா மாதுரியமுடையன –
இப்படி உலகம் உள்ளம் கலங்குகிறது?
நீ நடக்கும்போது உன் மெட்டியின் வெள்ளி இசை என்ன
இன்பம் கட்டியது,
இப்படி மனிதனின் மார்பில் ஒவ்வொரு அடியிலும் எதிர்
ஒலிக்கிறது?
ஸீதையைப்போல உன் அழகு அக்னியில் குதித்து அழியா
எழில் பெறுகிறதோ?
அழிவே – காலமே – உன்னை அங்கம் அங்கமாக அலங்கரித்து
அகமகிழ்கிறதோ?
மொக்கின் மர்மம்போல உன் இயற்கை உணர்ச்சி ஆடைகள்
அணிந்திருக்கிறது!
மனிதன், சலிப்பின்றி துச்சாஸனன் போல, உன் உணர்ச்சித்
துகிலை உரிகிறான் –
உன் இயற்கையை இதுதான் எனக் காண!
பாஞ்சாலியின் புடவைபோல அது வளர்கிறது! மனிதன் மயங்கி
விழுகிறான்.

•

மணிக்கொடி, 18–11–1934

(இக்கவிதையின் மற்றொரு வடிவம் 'சிறிது வெளிச்சம்' தொகுப்பில் உள்ளது. அது அடுத்துக் கொடுக்கப்பட்டுள்ளது.)

(அ) பெண்மையின் பிறவி ரகசியம்

கவிகள் களைப்பின்றி காவியமியற்ற,
நின் கண்கள் என்ன நிலைக்காக் கவர்ச்சியில்
கருமை தட்டியவை?
யுகம் யுகமாக மனிதனை மாயை போல மயக்க
உன் கருவளையும் கையும் என்ன கவிதையில்
கட்டழகு பெற்றவை?
உலகமே உணர்வழிந்து உள்ளங் கலங்க,
உன் இதழ்கள் என்ன சொற்சுவையில்
சுருதி சேர்ந்தவை?
மானிடன் மார்பில் ஒவ்வொரு அடியிலும் எதிரொலிக்க
உன் கால் மெட்டி என்ன வெள்ளி இசையில்
இன்பம் கட்டியது?

தெரியவில்லை; நீ சிரிக்கிறாய்!
தீக்குளியிலும் உனதழகு உயருகிறதோ? –
சீதையைப் போல!
அழிவுகூட உன்னை அங்கம் அங்கமாக
அலங்கரித்து விடுகிறதோ?
உனதியற்கை உணர்ச்சிக் கலையுடுத்தது –
மொக்கின் மார்பு போல – அல்லவா?
துச்சாஸனன் போல மனிதன்
உன் துகிலை உரிகிறான் –
பெண்ணியற்கையைப் பரிந்து காண!
பாஞ்சாலியின் புடவை போல அது
வளர்கிறது, வளர்கிறது, வளர்கிறது!
மனிதன், பேதை, மயங்கி விழுகிறான்.

●

சிறிது வெளிச்சம், ப.130

3.

கருவளையும் கையும் 2

காரணம்?

உன்னை ஏன் நான் இப்படிப் போற்றுகிறேன் — என் கண்களாலும்
கைகளாலும்?
என் உயிர்ப்பாலைவனத்து இரண்டு இமைக்கரை கொண்ட
உறை ஊற்றுக்களான உன் கண்களுக்காகவா?
என்னை மனமிழக்கச் செய்யும் மது நிறைந்த பவழக்
கோப்பை — உன் செங்கமல வாய்க்காகவா?
அல்லது மின்னல் மிளிரும் மேகம் போல மயிர்க்
கூச்செறிந்து மலரும் உன் அங்க செளந்திரியத்திற்காகவா?
அதனுடைய துன்பம் கசியும் இன்பத்திற்காகவா? —
எல்லாவற்றிற்குமாகவா?

இல்லை, இல்லை!
இவைகளெல்லாம் பிறைபோல பருவத்தில் பொங்கி பிறகு
தேய்வன வென்று அறிந்துவிட்டோமே!

பின் எதற்காக?
என் இதயத்தை இயற்றும் உன் இயற்கைக்காக —
என் கண் காணாமல் என்னை வளர்த்து நிலைகொள்ளச்
செய்யும் உன் பெண்மைக்காக —
மலரின் மணம்போல, உன்னிடம் உதித்து உன்னை மீறி நின்று —
என்னை இளக்கும் உன் உயிர் சாயலுக்காக!

●

***மணிக்கொடி*, 18–11–1934**

(இக்கவிதையின் இன்னொரு வடிவம் 'ஏன்' என்னும் தலைப்பில் 'கிராம ஊழியன்' இதழில் வெளியாகியுள்ளது. அதுவே 'சிறிது வெளிச்சம்' தொகுப்பிலும் இடம்பெற்றுள்ளது. அவ்வடிவம் அடுத்துக் கொடுக்கப்பட்டுள்ளது.)

(அ) ஏன்?

உன்னை ஏன் இப்படிப் போற்றுகிறேன்
கண்களாலும் கைகளாலும்?
என் உயிர்ப் பாலைவனத்தில்
இமைக்கரை கொண்ட விரு உறையூற்றுக்கள்*
உன் கண்களுக்காகவா?
நான் மட்டிழக்கும் மதுததும்பும் மகிழ்ச்சிக்கோப்பை
உன் பவழவாய்க்காகவா?
அல்லது மின்னல் பாயும் மேகம் போல்
மயிர்க்கூச்செறிந்து மலரும்
உன் மேனி மிளிர்ச்சிக்கா?
அதன் துன்பம் கசியும் இன்பத்திற்கா?
எல்லாவற்றிற்குமா?

இல்லை, இல்லை!
பிறைபோல் பருவத்தில் பொங்கிப்
பிறகு தேய்வன இவையெல்லாம்!
பின் எதற்கு?
என் இதயத்தை இயற்றும் உனதியற்கை
கண்காணாமல் காத்தெனக்குக் கலையூட்டும்
உன் கள்ளப் பெண்மை
(மலரின் மணம் போல,
உன்னிடம் உதித்து உன்னை மீறி நின்று)
என்னை இளக்கும் உன் உயிர்ச்சாயல்
அதற்காக?

●

கிராம ஊழியன், 01–11–1944; *சிறிது வெளிச்சம்*, ப.126

---

* உரையூற்றுக்கள் – என கிராம ஊழியன் இதழில் உள்ளது. அது அச்சுப்பிழையாக இருக்கக் கூடும். 'சிறிது வெளிச்சம்' தொகுப்பில் 'உறையூற்றுக்கள்' என இடம்பெற்றுள்ளது. மணிக்கொடியில் வெளியான மூலக் கவிதையிலும் 'உறையூற்றுக்கள்' என்றே உள்ளது.

4.

கருவளையும் கையும் 3

உயிரின் உச்சிவேளையில்சுகநிழலில் ஒதுங்கி,
இச்சை வெள்ளத்தில் ஆழமாக இறங்கிநாம்
தலை தெரியாமல் துளைகிறோமா என்ன?
தோலைத் தகர்த்துக்கொண்டு வெளியேற முயலும் முளைகள் போல
நம்மகிழ்ச்சிச் சிறையில்இரண்டு ஜீவன்கள் தத்தளிப்பதை
நாம் அறிகிறோமா இல்லையா?
இந்த அற்புத ஆகர்ஷணத்துக்குமேற்போன ஒரு சக்தி,
இந்த மாயை நிழலுக்கு மிஞ்சினஒரு மதுவனம் இருக்கிறதா,
இசைக்கு மிஞ்சின ஒரு இன்பம்?
இருக்கிறது!
கிளையை மீறின கனி போன்ற ஒரு ருசி;
தந்தியை மீறி மிதக்கும்கமகம் போன்ற ஒருநாதம்;
பார்வையை மீறி பறக்கும்பக்ஷியைப் போன்ற ஒரு உண்மை;
சந்தனத்திலிருந்து கிளம்பிவாசனை விசிறும் ஒரு உணர்ச்சி;
உடலை மீறி போகும்உயிரைப் போன்ற ஒரு நிலை!

●

***மணிக்கொடி*, 9–12–1934**

(இதன் இன்னொரு வடிவம் 'சதையை மீறியது' என்னும் தலைப்பில் 'சிறிது வெளிச்சம்' தொகுப்பில் வெளியாகியுள்ளது. அவ்வடிவம் அடுத்துக் கொடுக்கப் பட்டுள்ளது.)

(அ) சதையை மீறியது

உயிரின் உச்சி வேளையில்
சுகநிழலில் ஒதுங்கி,
இச்சை வெள்ளத்தில் ஆழமாக இறங்கி,
நாம் தலை தெரியாமல்* துளையிறோமா என்ன?

தோலைத் தகர்த்துக்கொண்டு
வெளியேற முயலும் முளைகள் போல
நம் மகிழ்ச்சிச் சிறையில்
இரண்டு ஜீவன்கள் தத்தளிப்பதை
நாம் அறிகிறோமா இல்லையா?

இந்த அற்புத ஆகர்ஷணத்துக்கு
மேற்போன ஒரு சக்தி,
இந்த மாயை நிழலுக்கு மிஞ்சின
ஒரு மதுவனம்** இருக்கிறதா?
இசைக்கு மிஞ்சின ஒரு இன்பம்?

இருக்கிறது!
கிளையை மீறின கனி போன்ற ஒரு ருசி;
தந்தியை மீறி மிதக்கும்
கமகம் போன்ற ஒருநாதம்
பார்வையை மீறிப் பறக்கும்
பக்ஷியைப் போன்ற ஒரு உண்மை;
சந்தனத்திலிருந்தே*** கிளம்பி
வாசனை விசிறும் ஒரு உணர்ச்சி;
உடலைமீறிப் போகும்
உயிரைப் போன்ற ஒரு நிலை!

●

சிறிது வெளிச்சம், ப.145

---

* தெறியாமல் – என மூலத்தில் உள்ளது; அச்சுப்பிழையாக இருக்கக் கூடும்.

** மதுவளம் என மூலத்தில் உள்ளது. அது அச்சுப்பிழை

*** சந்தணத்திலிருந்தே – என மூலத்தில் உள்ளது; இது அச்சுப்பிழை.

5.

கருவளையும் கையும் 4

மொட்டின் மலர்ச்சிபோல உன் உள்ளம் உன் முகத்தில்
எப்பொழுது பிரஸன்னமாகிறது?
நீ வெற்றிலை மடிக்கும் பொழுது ஒவ்வொரு துளிரிலும்
துடிப்பேற்றி
தாம்பூல மயக்கத்தில் என் கைகள் துவளும் பொழுதா?
என் வியப்பைப் பார்த்து வெட்கியது போல உன் கனி
இதழ்களால்
என் கண்களைக் குருடாக்கி நீ எனக்கு ஏவலிடும் எண்ணமழிந்த
வேளையிலா?
அல்லது நம்மிருவரின் நெஞ்சுகளும் ஈரமுறத் தழுவி தித்திப்புக்
கொண்டிருக்கும் பொழுது நீ உருகி உருகி மட்டிழக்கும்
மங்கிய வேளையிலா?
நம்மன்பு உன்னுள் அமுத வடிவடைந்ததை நீ சொல்லாமல்
நானறியும் சொற்பனப் பொழுதிலா?
எப்பொழுது?

●

மணிக்கொடி, **09–12–1934**

(இதன் இன்னொரு வடிவம் 'எப்பொழுது' என்னும் தலைப்பில் 'சிறிது வெளிச்சம்' (ப.127) தொகுப்பில் வெளியாகியுள்ளது. அவ்வடிவம் அடுத்துக் கொடுக்கப்பட்டுள்ளது.)

(அ) எப்பொழுது?

மொட்டின் மலர்ச்சிபோல் உன் உள்ளம் உன் முகத்தில்
எப்பொழுது பிரசன்னமாகிறது?
வெற்றிலை வெறியில் நீ ஒவ்வொரு துளிரிலும்
துடிப்பேற்றி
தாம்பூல மயக்கத்தில் துவளும் பொழுதா?
என் வியப்பைப் பார்த்து வெட்கி நீ இதழ்கள் கொண்டு
என்னைக் குருடாக்கி, ஏவலிடும் எண்ணமிழந்த
வேளையிலா?
அல்லது நெஞ்சுள் நேரமும் ஈர முற்று தித்திப்பில்
திளைத்து உருகி உருகி நீ மட்டிழக்கும் மங்கிய
வேளையிலா?
நம்மன்பு உன்னுள் அமுத வடிவடைந்ததை நீ
சொல்லாமல்,
நானறியும் சொற்பனப் பொழுதிலா?
எப்பொழுது?

●

சிறிது வெளிச்சம், ப.127

6.

கருவளையும் கையும் 5

உனது கருவிழி மேகங்களில் மழை போன்ற ஒரு குளுமை
குவிந்திருக்கிறது.
உனது மூச்சில் நாடியை எழுப்பும் கஸ்தூரி போன்ற ஒரு
வேகமிருக்கிறது.
உனது குரலில் ஒரு கானருசி ஊறி உதட்டில் உருவெடுக்கிறது.
சுகமும் வேதனையும் கலந்து நீலமும் சிகப்புமாகக்
கலந்தோடும்
உனது அங்கங்களின் அதிசய எழுச்சியில்,
ஒரு புது உயிர் அமைப்பு கொண்டிருக்கிறது!
உனது புன்னகையிலும் புருவ நெரிப்பிலும், மும்மரத்திலும்
முறுவலிலும்,
ஊக்கத்திலும் ஏக்கத்திலும், பேச்சிலும் பேசாமையிலும்,
ஒரு பெருக்குபோன்று புரண்டோடும் சக்தியின் அலைகள்
கிளம்பிக் கிளம்பிவந்து
என் இதயக்கரையில் அடித்து அவா நீக்குகின்றன!

●

மணிக்கொடி, 06–01–1935

7.
கருவளையும் கையும் 6

இவ்வொரு வருஷ விமர்சையில்,
 நாம் எவ்வளவு வளர்ந்து விட்டோம்!
நாம் கண்ணீருடன் கலந்து விம்மி நின்ற
 அன்றைக்கு இன்று ஏற்றம் கொண்டு விட்டோம்!
கைகளுக்கும் கண்களுக்கும் மீறிப்போன
 நிச்சயத்தில் முழுகிப் பறக்கிறோம்!
எவ்வித ஆலிங்கனமும் அளிக்கக் கூடாத
 ஒரு நெருக்க நிலைமை அடைந்து விட்டோம்; தெரிகிறதா?
ஆகாயத்தில் சீறிச்சேரும் இரண்டு நக்ஷத்திரங்கள் போல
 நமது உயிர்கள் உருகிக் கலந்து ஒன்றாக உறைந்து
  போய்விட்டன!
திரியும் தீச்சுடரும் போல, உயிர் உடலுடன்
 நாம் ஐக்கிய ஐச்வரியமடைந்து விட்டோம்!

●

மணிக்கொடி, 06–01–1935

8.
கருவளையும் கையும் 7

என் ஊக்கம் உன் உயிரில் பற் பதிவுகொண்டு இனிமையைச்
 சுவைக்கிறது –
என் கையால் ஆன கற்பனைமாலை உன் கழுத்தில் சூழ்ந்து
 சுடர் கொள்ளுகிறது –
நீ என் உயிரின்மேல் கொடிபோலப் படர்ந்து பரவி
 மலர்ச்சியடைகிறாய் –
இவ்விதம் இசைப்பதில் நம் அனுபவத்தின் ஆழத்தை
 அறிந்துரைக்கிறேனா?
கடல் போல பொங்கி அடங்கும் நம் மையல் அலைகளின்
 இடைவேளையில்,
நான் இயற்றும் இயற்கைச் சொற்களின் இந்த சொற்ப
 வர்ணனையில்,
நம் உணர்ச்சியின் உன்னத ஆர்வம் கல்லில் சிலைபோல
 உருவெடுக்கிறதா?

●

மணிக்கொடி, 13–01–1935

(இக்கவிதை 'இடைவேளை உருவம்' என்னும் தலைப்பில் 'சிறிது வெளிச்சம்' (ப.136) தொகுப்பில் இடம்பெற்றுள்ளது. வடிவத்தில் மாற்றம் ஏதுமில்லை. எனினும் அதுவும் அடுத்துக் கொடுக்கப்பட்டுள்ளது.)

(அ) இடைவேளை உருவம்

என் ஊக்கம் உன் உயிரில் பற் பதிவுகொண்டு இனிமையைச்
சுவைக்கிறது –
என் கையால் ஆன கற்பனைமாலை உன் கழுத்தில் சூழ்ந்து
சுடர் கொள்ளுகிறது –
நீ என் உயிரின்மேல் கொடிபோலப் படர்ந்து பரவி
மலர்ச்சியடைகிறாய் –
இவ்விதம் இசைப்பதில் நம் அனுபவத்தின் ஆழத்தை
அறிந்துரைக்கிறேனா?
கடல் போல பொங்கி அடங்கும் நம் மையல் அலைகளின்
இடைவேளையில்,
நான் இயற்றும் இயற்கைச் சொற்களின் இந்த சொற்ப
வர்ணனையில்,
நம் உணர்ச்சியின் உன்னத ஆர்வம் கல்லில் சிலைபோல
உருவெடுக்கிறதா?

●

சிறிது வெளிச்சம், ப.136

9.
கருவளையும் கையும் 8

உன் மன எழுச்சி என்ன அவ்வளவு மட்டற்றதா –
நான் அறியக் கூடாதென்று நீ அதை வெட்கத்திரையிட்டு
 இப்படி மறைக்கிறாய்? நான் அதை விலக்குகிறேன்!
உன் இளமையின் இறுமாப்பு என்ன அவ்வளவு இளக்கமற்றதா –
நான் உணரக்கூடாதென்று நீ அதை அச்ச ஆடை அணியச்
 செய்கிறாய்? நான் அதைக் களைகிறேன்!
உன் உள்ள மகிழ்ச்சி வெள்ளம் என்ன அவ்வளவு வேகமுள்ளதா–
நான் காணக்கூடாதென்று அதற்கோர் அடக்கக்
 கரைபோடுகிறாய்? நான் அதை அகற்றுகிறேன்!
உன் வாய்ச்சொல் என்ன அவ்வளவு வரம்பு பெறாததா –
நான் கேட்கக் கூடாதென்று நீ இப்படி மௌனம் சாதிக்கிறாய்?
 நான் அதைக் கலைக்கிறேன்!

●

மணிக்கொடி, 13–01–1935

10.
மாங்கனிச் சுவைப்பு

இளமையின் ஆர்வ இதழ்கள்
   உண்மைக் கனியை
   உரித்துச் சுவைத்து
சாற்றை உறிஞ்சி சௌக்கியம் கொள்ள
பதைக்கின்றன!
   கொட்டை வரை யதன்
   சதையைச் சூப்பி
   சக்கையை நீக்கி
   சுவையைப் பருகி
நிற்கின்றன!
கொட்டையின் கைப்பை
கண்டறிய வெறுப்பு –
பயம் – இனிமை அழியுமென்று!

●

மணிக்கொடி, 15–12–1936

11.
புத்த பகவான்

உயிரின் உன்னத பாசங்களின்
சிம்மாசன உயர்விலிருந்து கீழிறங்கி
தெருவில் வந்து துயரைப் பார்த்தாய், –
உன் மனைவி முகம் மறந்தாய்,
குழந்தையின் குதலையை மறந்தாய், –
வாழ்க்கை, மதப் பொய்களினடியில்
புதைந்து திணறும் கோலம் கண்டு கலங்கினாய்!
பொருள், சொல்லென்ற சாத்திர நெருப்பிலிட்டு
யாகம் செய்யப்பட்ட கொடுமையைப் பார்த்துப் பொங்கி,
அதற்கோர் விடுதலை ஈந்து வழி காட்ட
வேதாந்தத்தின் வாக்கிய வீர்யத்தை மீறிய
ஓர் கர்ம யோகத்தைக் கற்பித்து நடத்தினாய்!

●

மணிக்கொடி, 15–12–1936

(இக்கவிதை சிறுமாற்றத்துடன் 'புத்தனுக்கு' என்னும் தலைப்பில் 'சிறிது வெளிச்சம்' (ப.137) தொகுப்பில் இடம்பெற்றுள்ளது. அவ்வடிவம் அடுத்துக் கொடுக்கப் பட்டுள்ளது.)

(அ) புத்தனுக்கு

உயிரின் உன்னத பாசங்களின்
சிம்மாசன உயர்விலிருந்து கீழிறங்கி
தெருவில் வந்து துயரைப் பார்த்தாய்,–
உன் மனைவி முகம் மறந்தாய்
குழந்தையின் குதலையை மறந்தாய்
வாழ்க்கை, மதப் பொய்களி னடியில்
புதைந்து திணறும் கோலங்கண்டு கலங்கினாய்.
பொருள் சொல் என்ற சாத்திர நெருப்பிலிட்டு
யாகம் செய்யப்பட்ட கொடுமையைப் பார்த்துப் பொங்கி
அதற்கோர் விடுதலை ஈந்து வழிகாட்ட
வேதாந்தத்தின் வாக்வீர்யத்தை மீறிய
ஓர் கர்ம யோகத்தைக் கற்பித்து நடத்தினாய், புத்த, நீ பகவான்.

சிறிது வெளிச்சம், ப.137

12.
நண்பனுக்கு

ஓயாமல் எண்ணியும் பேசியும்
சளைத்துப் போய்விட்டோம், அல்லவா?
வார்த்தையை வைத்து வாதாடி
வீண்வித்தியாசம் கொண்டோம், போதும்!

மாயையும் தத்துவமும் என்ன
என்று தெரியவே வேண்டாம்;
கண்கண்ட சுகத்தைக் கடைந்து
உண்போம், இனிமேல், வா!

'இவ்வாழ்க்கை நதி வரண்டு
மணலாகும் மரணம் வரை
அதன்கரை புரளும் வெற்றியை
ஒப்புக்கொள்வோம், அதனாலென்ன?

உயிரின் இன்ப ஊழியத்தில்
அடிமைகளாவோம், பாதகமில்லை!
ஆத்மா, பரமாத்மா – இந்தப் பேச்சு –
யுகம் யுகமாக, காது துளைத்துப் போச்சு!

அது வேண்டாம் நமக்கு!
மதுக் கிண்ணத்தைப் பற்றி பேசினானே –
அவன் யார்? – உமர்கயாம் –
அவனைத் தொடர்வோம், அப்பா!

●

மணிக்கொடி, 15-02-1937,
மறுபிரசுரம்: *கிராம ஊழியன்*, 01—02—1945
சிறிது வெளிச்சம், ப.148

---

* இல்வாழ்க்கை – எனச் 'சிறிது வெளிச்சம்' நூலில் உள்ளது. அச்சுப்பிழை.

13.
கேள்வி

காதல் என்றால் கேலி செய்கிறாயே – எதற்காக?
கவிதையை கள்ளச்சொல் என்கிறாயே –
வேண்டுமென்றுதானே?
இருக்கட்டும்!
நமது இன்பத்து ஏகாந்த இரவி னிறுதியில்,
பிறை வெளுத்த பின்மாலையில்,
இருள் வெள்ளம் வடிந்த வைகறையில்,
ஓவிய மூட்டும் உன் ஒளிக் கரங்களை விட்டு,
நான் பிரிவினை கொள்ளும் போர் வேளையில்,
உன் கண்களைக் கலக்குவ தென்ன –
காதலல்லாமல்?
அந்தக் கன வழியும் பொழுதில்,
உன் வாயின் வார்த்தை வனப்புத்தான் என்ன –
கவிதை யல்லாமல்?

●

மணிக்கொடி, 01–03–1938

(இக்கவிதை 'என்னதான் பின்?' என்னும் தலைப்பில் 'சிறிது வெளிச்சம்' (ப.129) தொகுப்பில் உள்ளது. 'நான் துதிக்கிறேன் என்றுதானே' என்னும் ஓர் அடி கூடுதலாக இடம்பெற்றுள்ளது. ஆகவே அவ்வடிவம் அடுத்துக் கொடுக்கப்பட்டுள்ளது.)

(அ) என்னதான் பின்?

காதலென்றால் கேலி செய்கிறாயே – எதற்காக?
கவிதையைக் கள்ளச்சொல் என்கிறாயே – வேண்டுமென்றுதானே?
நான் துதிக்கிறேன் என்றுதானே?
இருக்கட்டும் –
நமது இன்பத்து ஏகாந்த இரவின் இறுதியில்
பிறை வெளுத்தபின் மாலையில்
இருள் வெள்ளம் வடிந்த வைகறையில்
ஓவிய மூட்டும் உன் ஒளிக்கரங்களை விட்டு
நான் பிரிவினை கொள்ளும் போர்வேளையில்
உன் கண்களைக் கலக்குவதென்ன – காதலல்லாமல்?
அந்தக் கனவழியும் பொழுதில்,
உன் வாயின் வார்த்தை வனப்புத்தானென்ன – கவிதையல்லாமல்?

சிறிது வெளிச்சம், ப.129

14.
கவிதைக்கு

திக்கற்ற தெரு வழியே நான்
 திரிந்தலைந்து கொண்டிருந்தேனே –
உன் வனப்பின் வாசற்படியில் நின்றுகொண்டு நீ
 என்னையேன் ஏறிட்டுப் பார்த்தாய்?

தீராத திசை வெளியிலே என் பார்வை
 மிதந்து சென்று மங்கி யிருந்ததே –
நீ யேன் உன் பிறைப் புன்னகையை
 அதன் வழியிலிட்டு இழுத்தாய்?

உயிரின் உரத்த கூச்சல்களிடையே புதைந்து
 என்செவி செவிடாய்ப் போயிருந்ததே –
எதற்காக உன் உள்ளக் குரலைக் காட்டி அதை
 இன்னிசையில் ஈடுபடச் செய்தாய்?

வாழ்க்கையின் வழியற்ற புற்றில் நான்
 அடைபட்டுக் கிடந்தேனே –
நீ யேன் என்னை உன் மையல் மகுடியால்
 வெளியி லிழுத்து ஆட்டி வைக்கிறாய்?

●

மணிக்கொடி, 15–04–1938; பாரத மணி, 03–09–1939

(இக்கவிதையின் இன்னொரு வடிவம் 'தலைவியின் தேர்தல்' என்னும் தலைப்பில் வெளியாகியுள்ளது. கிராம ஊழியனிலும் சிறிது வெளிச்சம் தொகுப்பிலும் வெளியான அவ்வடிவம் அடுத்துக் கொடுக்கப் பட்டுள்ளது.)

(அ) தலைவியின் தேர்தல்

திக்கற்ற தெரு வழியே நான்
 திரிந்தலைந்து கொண்டிருந்தேனே –
உன் வனப்பின் வாசற்படியில் நின்றுகொண்டு நீ
 என்னையேன் ஏறிட்டுப் பார்த்தாய்?

தீராத திசை வெளியிலே என் பார்வை
 மிதந்து சென்று மங்கி யிருந்ததே –
நீ யேன் உன் பிறைப் புன்னகையை
 அதன் வழியிலிட்டு இழுத்தாய்?

உயிரின் உரத்த கூச்சல்களிடையே புதைந்து
 என்செவி செவிடாய்ப் போயிருந்ததே –
எதற்காக உன் உள்ளக் குரலைக் காட்டி அதை
 இன்னிசையில் ஈடுபடச் செய்தாய்?

வாழ்க்கையின் வழியற்ற புற்றில் நான்
 அடைபட்டுக் கிடந்தேனே –
நீ யேன் என்னை உன் மையல் மகடியால்
 வெளியி லிழுத்து ஆட்டி வைக்கிறாய்?

●

கிராம ஊழியன், 1–10–1944; *சிறிது வெளிச்சம்*, ப.144

15.

விமோசனப் பள்ளு

(பாரதியின் 'காற்றடிக்குது' என்ற மெட்டு)

கள்ளெக் குடிச்சிநீ கையாலடிச்சென்னெ
காலா லுதச்ச காலமில்லே!
பள்ளத் தெருவே பொளச்சிப் போச்சு
ஒங்க குடி ஒஞ்சயிப்போ!

மெள்ள மெள்ள செட்டிக்கடெ நவெ
போன மூக்குத்திப் பூச்சிக்கட்டு -
வள்ள வள்ளமா வாரநெல்லு கட்டி
மீட்டுவந்து போட்டுக்குறேன்!

கொள்ளப் பணமா கூடிக்குத்தவெ
பாக்கி விளுந்திருந்ததெல்லாம்
தள்ள மாட்டேன் எண்ண சமீன்தார்
தள்ளி நோட்டை கிளிச்சிட்டாரு!

வெள்ளக்கார ராசாகிட்டெவொரு
சேலத்து சாமி மந்திரியாம்;
புள்ளெகுட்டி நல்லாயிருக்கணும்
ஏளெமக்களெ காக்க சட்டம்

அள்ளிச் சோறு போல போடுராரு
காந்தி கச்சி கட்டளெயாம்!
கள்ளெ ஒளிச்சி கஞ்சி ஊத்துரார்
என்ன பெத்த மவராசா!

•

ஹிந்துஸ்தான், 13–03–1938

16.
ராக்கி நெனப்பு

குட்டி அவ என்ன சோக்கு
 என்ன ‘சோரு’ தெரியுமா?
தீண்டாத சாதியவ
 கலியன் சாம்பான் பொண்ணுடா!
பட்டிக்குச்சு மோட்டு மேலே
 பூத்த பறங்கி போலே
ஏண்டா அ’ங்ஙெ போயி பொறந்தா
 கட்டுக்கொண்டெக்காரி?

மட்டசாதி ஈனசாதி
 எண்ணு ஆர்ரா சொன்னவென்?
அவனெக் கொண்டு அவமுன்னெ
 நிறுத்தி யல்ல பாக்கணும்!
கெட்டபய மவடா அவ
 என்ன மயக்கு மயக்கரா!
மவராசி போலே அவ
 மவா ராங்கிக்காரி!
ஓடக்கரெ மரத்துங்கீளே
 உருமத்து நேரம்
மாட்டை ஓட்டி மேயவுட்டு
 படுத்திருக்கையிலே
கோடெவெயிலு காலுங்கீளே
 கொளுத்திச் சுட்டுப் பொசுக்க
பாட்டை வளியெபோன ராக்கி
 அங்கே வந்து ஒதுங்ணா!
வேத்துக் கொட்டி வெள்ளெச்சேலே
 மேலே ஒட்டிப் போயி

அள்ளிச் சொருவி யிருந்த மயிரு
அவுந்து மேலே கொட்டி –
நேத்து தாண்டா அவளெ கிட்டெ
பாத்து சொக்கிப் போனேன்!
கள்ளிப் பசப்பிப் பேரைக் கேட்டா
குனிஞ்சு நிண்ணு சிரிச்சா!

அட போடா – நீயென்ன
கண்டெ அந்த அளவெ?
பொளுதெ மறந்தேன் போக்கெ மறந்தேன்
பெறப்பெக்கூட மறந்தேன்!
மொடவென் போலே மரத்துங்கீளெ
பாவிமவ மாயம்
உளந்து கெடந்தேன், பொச்சாய
ஆத்தா வந்து பாத்தா!

ராக்கி நெனப்பு, ராக்கி சிரிப்பு –
அது என்ன போடா –
ராப்பவலா எந்நேரம்
வேறெ நெனப்பு இல்லெ!
பாக்கி நாளு என்னா செய்வேன்
சொல்லு பாப்பம் சொக்கா!
சப்புன்னு இருக்கு சீவன்
செத்துப் போனாத் தேவலாம்!

●

மணிக்கொடி,15–04–1939

(இக்கவிதை சிறிது வெளிச்சம் தொகுப்பிலும் உள்ளது.
அவ்வடிவம் அடுத்துக் கொடுக்கப்பட்டுள்ளது.)

(அ) "ராக்கி நெனப்பு"

குட்டி அவ என்ன சோக்கு
என்ன 'சோரு' தெரியுமா?
தீண்டாத சாதியவ
கலியன் சாம்பான் பொண்ணுடா!
பட்டிக்குச்சு மோட்டு மேலே
பூத்த பறங்கி போலே
ஏண்டா அ'ங்ஙெ போயி பொறந்தா
கட்டுக் கொண்டெக்காரி?

மட்டசாதி ஈனசாதி
எண்ணு ஆர்ரா சொன்னவென்?
அவனெக் கொண்டு அவமுன்னெ
நிறுத்தி யல்ல பாக்கணும்!
கெட்டபய மவடா அவ
என்ன மயக்கு மயக்கரா!
மவராசி போலே அவ
மவா ராங்கிக்காரி!

ஓடக்கரெ மரத்துங்கீளே
உருமத்து நேரம்
மாட்டை ஓட்டி மேயவுட்டு
படுத்திருக்கையிலே
கோடெவெயிலு காலுங்கீளே
கொளுத்திச் சுட்டுப் பொசுக்க
பாட்டை வளியெபோன ராக்கி
அங்கே வந்து ஓதுங்ணா!

வேத்துக் கொட்டி வெள்ளெச்சேலே
    மேலே ஒட்டிப் போயி
அள்ளிச் சொருவி யிருந்த மயிரு
    அவுந்து மேலே கொட்டி –
நேத்து தாண்டா அவளெ கிட்டெ
    பாத்து சொக்கிப் போனேன்!
கள்ளிப்பசப்பிப் பேரைக் கேட்டா
    குனிஞ்சு நிண்ணு சிரிச்சா!

அட போடா – நீயென்ன
    கண்டெ அந்த அளவெ?
பொளுதெ மறந்தேன் போக்கெ மறந்தேன்
    பெறப்பெக்கூட மறந்தேன்!
மொடவென் பேலே மரத்துங்கீளெ
    பாவிமவ மாயம்
உளந்து கெடந்தேன், பொளுசாய
    ஆத்தாவந்து பாத்தா!

ராக்கி நெனப்பு, ராக்கி சிரிப்பு –
    அது என்ன போடா –
ராப்பவலா எந்நேரம்
    வேறெநெனப்பு இல்லெ!
பாக்கி நாளு என்னா செய்வேன்
    சொல்லுபாப்பம் சொக்கா!
சப்புன்னு இருக்கு சீவன்
    செத்துப் போனாத் தேவலாம்!

●

சிறிது வெளிச்சம், ப.134–135

17.
கடற்கரைப் பெண்

கடற்கரைப் பெண்ணே, கிழக்கே என்ன?
    காலம் போவதறியாயா?
இருள் சூழும் இந்த அரை ஒளியிலே,
    அலைகளில் நின்று அசையாமல்
எத்தைக் கண்டு ஏமாறுகிறாய்,
    குழந்தாய், என்னென்ன பார்க்கிறாய்?
பொங்கி வரும் அலை பாய்ந்தெழுந்து அதோ
    பாவாடையைப் பற்றி நனைக்கிறதே!
விழுந்தூர்ந்து திரும்பும் தண்ணீர்
    காலடி மணலைக் கவர்ந்து செல்கிறது
பனிக் காற்று பளிச்சென்று முகத்தில்
    அறைகிறது, பெண்ணே அறியாயோ?
தூரத்து வெளியிலே, கடலிலே
    விந்தையென்ன சொல்லேன், கொஞ்சம்!
அலைகளின் அழைப்பிலா இப்படி
    அங்கம் நனைய அசைவற்றிருக்கிறாய்?
பெரிய அலை வருகிறது, பின்வாங்கு
    பெண்ணே, பின்வாங்கு!
அலையிலென்ன ஆச்சரியம் உனக்கு
    அப்படி அலையிலென்ன புதுமை?

எங்கு பிறக்கிறதென்றா உற்றுப் பார்க்கிறாய்!
எக்கணம் எழுகிற தென்றா?
என்றோ, எங்கோ, பிறந்த அலையிது பெண்ணே,
இங்கு வந்து இக்கரையில் முடிகிறது!
நடுக்கடலின் நிலையற்ற ஆழத்திலா?
கடல் எங்கிருந்து கொந்தளிக்கிறது?
காலத்தின் காலை யற்ற இருள்
அதன் ஆழ்ந்த குகையிலிருந்தா?
கண்டதைச் சொல்லு, பெண்ணே, கேட்டுக்கொள்கிறேன்
அலை, என்ன சொல்லிற்று குழந்தாய்?

●

பாரதமணி, 05–02–1939

18.
வாழ்க்கை

(பிராங்க் டௌன்ஷென்டு என்ற ஆங்கில கவியின் மூலத்திலிருந்து)

வாழ்க்கை ஒரு வெற்றி, ஒரு துடிப்பு
ஒரு காதற்பா, ஒரு இசை
மண்ணின் மாயமோனையில் பிறந்தது.

அரைத் தூக்கத்திலும் அதிசயத்திலும் அது உதிக்கிறது.
விடியற்காலை விடுதலையில் வளர்கிறது – செயல் செய்யும்
தேவையில்
கண் கண்டதற்கு மேல் ஓடுகிறது கனவு,
பாதையெல்லாம் பூ விரிக்கிறது பேரவா –
யௌவனம் மாறுகிற வரை!

பிறகு வருகிறது யோசனை,
கரும வெற்றிகளில் பிறந்த களிப்பு,
உற்பத்தி செய்வதிலிருக்கும் உள்ள நெகிழ்ச்சி,
அரைகுறையற்றதின் அழகு,
நிறைவின் நிம்மதி,
மண்ணின் மற்றெல்லா மகிழ்ச்சிகள் –
மாலை வரை!

இருண்டதும்
மனிதன் மறுபடியும் பிரயாண மாகிறான் தன் வழியே –
அமைதியாக!

●

பாரததேவி, 20–08–1939

மறுவெளியீடு: *கிராம ஊழியன்*, 16–06–1945. *சிறிது வெளிச்சம்*, ப.133

(இது கு.ப.ரா. மொழிபெயர்த்த கவிதை. மூல வடிவம்
அடுத்துக் கொடுக்கப்பட்டுள்ளது.)

இக்கவிதையின் மூலம்:

*Life is a t*riumph and dance,
A love song and harmony,
Born into the rhythm of the earth
It dawns sleepiness and wonder.

And the morning of it grows in freedom, to the need of doing things
Romance outruns reality, while imagination strews the way with flowers –
Until youth comes of age.

Then opens into life,
Wisdom, and the happiness of work well done,
The joy of being a creator,
The grace of perfection,
The calm of fulfilment,
And all the pleasures of the earth
Until the evening.

And in the dusk,
Man sets out again upon his road –
In peace.

●

19.
வாழ்க்கை வழி

ஏண்டி புள்ளே தாளு கட்டே
   எங்'ணே கொண்டு போறே
   எங்'ணே கொண்டு போறே
கூண் டில்லாது மொட்டை வண்டி
   வெத்து வண்டி தாண்டி
   வெத்து வண்டி தாண்டி
கட்டே எறக்கி உள்'ற போட்டு
   நீயும் ஏறிக் குந்திக்க
   நீயும் ஏறிக் குந்திக்க
துட்டு வாணாம் சும்மா ஏறு
   பேசிக்கிட்டே போவோம்
   பேசிக்கிட்டே போவோம்!

சூறாவளி, 04—06—1939

20.
விரகம்

இளவேனிலில் இசை கவ்விய
    மலர்மார்பும் புகைப்புட்களும்
கோடையின் குளிர் இளநீரும்
    குறுநிழலும் கூடைக்கனிகளும்
மாரியின் மங்கிய வொளியும் பொங்கும்
    புதுமையும் கூரிய மின்னல் மிகையும்
பனியின் பருவதமும் பளிங்குக் காலையும்
    தொனித்த துயர் இரவும்
இலையுதிரின் இளகிய நிழலும் ஈரமணமும்
    தலைமேல் தாரகை ஒளியும்
நமது இணைப்பின் நடுவே வந்து
    களிமயக்கம் கலைக்கவில்லை!
நாம் பிரிவு கொண்ட பாழும் பொழுதில்தான்
ஊடே தோன்றியிவை ஏக்கம் ஏற்றி
பாம்பைப் போல் தீண்டி பழம் நினைவுமூட்டி
சூடேறியிருந்த சுக இரவைச் சுட்டிக்காட்டி
தமது பழியைத் தீர்த்துக்கொள்கின்றன!

•

சிறிது வெளிச்சம், ப.147

21. பொன் ஏர்

முதல் மழை விழுந்ததும்
மேல்மண் பதமாகிவிட்டது,
வெள்ளி முளைத்திடுது, விரைந்துபோ நண்பா!
காளைகளை ஓட்டிக் கடுகிச்செல், முன்பு!
பொன் ஏர் தொழுது, புலன் வழிபட்டு
மாட்டைப் பூட்டி
காட்டைக் கீறுவோம்.
ஏர் புதிதன்று, ஏறும் நுகத்தடி கண்டது,
காடு புதிதன்று, கரையும் பிடித்ததுதான்
கை புதிதா, கார் புதிதா? இல்லை.

நான்தான் புதிது, நட்சத்திரம் புதிது
ஊக்கம் புதிது, வரம் புதிது!

மாட்டைத் தூண்டி, கொழுவை அழுத்து.
மண் புரளும், மழை பொழியும்,
நிலம் சிலிர்க்கும், பிறகு நாற்றும் நிமிரும்.
எல்லைத் தெய்வம் எல்லாம் காக்கும்; கவலையில்லை!
கிழக்கு வெளுக்குது
பொழுதேறப் பொன்பரவும் ஏரடியில்
நல்லவேளையில் நாட்டுவோம் கொழுவை.

●

பாரதமணி, 14–01–1941

(இக்கவிதை 'ஏர் புதிதா?' என்னும் தலைப்பில் கிராம ஊழியனிலும் 'சிறிது வெளிச்சம்' தொகுப்பிலும் உள்ளது. அவ்வடிவம் அடுத்துக் கொடுக்கப் பட்டுள்ளது.)

(அ) ஏர் புதிதா?

முதல் மழை விழுந்ததும்
மேல்மண் பதமாகிவிட்டது,
வெள்ளி முளைத்திடுது, விரைந்துபோ நண்பா!

காளைகளை ஓட்டிக் கடுகிச்செல், முன்பு!
பொன் ஏர் தொழுது, புலன் வழிபட்டு
மாட்டைப் பூட்டி
காட்டைக் கீறுவோம்.

ஏர் புதிதன்று, ஏறும் நுகத்தடி கண்டது,
காடு புதிதன்று, கரையும் பிடித்ததுதான்
கை புதிதா, கார் புதிதா? இல்லை.

நாள்தான் புதிது, நட்சத்திரம் புதிது
ஊக்கம் புதிது, உரம் புதிது!

மாட்டைத் தூண்டி, கொழுவை அமுத்து.
மண் புரளும், மழை பொழியும்,
நிலம் சிலிர்க்கும், பிறகு நாற்று நிமிரும்.

எல்லைத் தெய்வம் எல்லாம் காக்கும்; கவலையில்லை!
கிழக்கு வெளுக்குது
பொழுதேறப் பொன்பரவும் ஏரடியில்
நல்லவேளையில் நாட்டுவோம் கொழுவை.

•

கிராம ஊழியன், **16–09–1944;** ***சிறிது வெளிச்சம்***, ப.141

22.
யோகம் கலைதல்

1

கரிச்சான் ஒன்று கூரை மேலிருந்து
மருட்சியுடன் மெல்ல மெல்லத் தயங்கி
வரி திறந்து வேதம் பாடக் கேட்டு நான்
அவ்வின்பம் அலையெடுத்த இடத்தைப் பார்க்க
பரிந்து வந்தேன்; பாட்டை நிறுத்திப் பறவை
என்னைக் கண்டு எழுந்தோடி விட்டது!

2

கோதையொருத்தி குளித்து நீரில் தனிமையில்
அழகு பார்த்து ஆனந்தம் கொண்டு நின்றாள்
பாதையில் ஒளிந்து பார்த்துப் பரவசமெய்திய நான்
நிலைதடுமாறி நெட்டூர்ப்பு விட்டுவிட்டேன்;
மாததைக் கேட்டுமிரண்டுபோய் மேலாக்கிழுத்து
குடமெடுத்துக்கொண்டு கடுகியே போய்விட்டாள்!

3

கவியொருவன் கனவில் ஆழ்ந்து
கற்பனை கண்டு கருத்தை வெளியிட
செவிமூடிச் செய்யுள் செய்யவிருந்தான்;
தெரியாமால் அங்கே திட்டென்று போய் நான்
கவி அழித்தேன்; சொல் இழந்து அவன்
கடுந்துயருடன் கீழே சாய்ந்தான்.

●

கலாமோகினி, இதழ் 9, சித்ரபானு – ஐப்பசி. (1 நவம்பர் 1942)

23.
கவிதைப் பெண்ணுக்கு

கவிதையே, உன் கட்டிள அழகின்
கன்னிச் சிம்மாதனத்தில் இருந்தாய்
உன் காலடித் தனிமையின் காவலனாய்
பணியியற்றும் பேறு வேண்டினேன்.

ஆனால் ஆதனத்திலிருந்து இறங்கி வந்து நீ
கை கொடுத்தென்னைக் காதலன் ஆக்கினாய்;
வலுவில் நீ கொடுக்கும் வரத்தை இன்று நான்
வேண்டா மென்றெவ்விதம் சொல்வேன்?

அன்பின் அகண்ட தோள்கள் மீது
மாலைகள் நாம் மாற்றிக் கொண்டோம்;
உயிர் விசிறிய உள்ளத் தீ முன்
கை கோத்துக் கங்கணம் பூண்டோம்!

ஆவியின் அந்தரங்க மந்திர மோதி
வளர்ச்சியைப் போற்றி வலம் வந்தோம்;
இவை யாவிற்கும் நாம்தான் சாட்சி,
நாம்தான் புரோகிதர்கள்!

●

கிராம ஊழியன், 16–11–1944; *சிறிது வெளிச்சம்*, ப.132

24.
உரம்

என் உயிரின் ஊன்றிய வேரடிகளில்
என் உடலை யோர் உணர்வுர மென இட்டு
வாடிய இலைகளில் இரஸாயன மொன்றேற்றி
சோர்வினை யகற்றிச் சுரப்பினைக் கொடுத்தாய்
உருவேற்றும் ரஸம் ஊர்ந்தேறிச் சென்று
கிளையும் காம்பும் குமுறவே தூண்டி
மொட்டையும் மலரச் செய்கின்றது!
நானடைய முடியாததென வகற்றிய ஆர்வம்
என் கைக்கெட்டிய கனியாகின்றது!

•

சிறிது வெளிச்சம், ப.128

25. கவி

1

வாழ்வென்னும் உயிர் அடர்காடு – அதன்
உச்சாணிக் கிளையிலே உண்மைத்தேன் கூடு
தாழ்வில்லாத் தித்திப்பின் வீடு – அதை
அடையவோர் அதிசய வாகாயச் சோடு

(வாழ்வென்னும் உயிர் அடர்காடு)

கவியென்னும் தேன்வண்டு சுற்றி – மனக்
கலையென்னும் கிளைதன்னை நாடியே பற்றி
குவிவுயிர் மெழுகடையேற்றி – அந்தப்
பருவத்துப் பூவின்பத் திரளைக் கொண்டூற்றி
கட்டிய காவியக் கூண்டு – அதை
அணுகவோர் யௌவனக் கவசத்தைப் பூண்டு
எட்டிய ஏணியைக் கொண்டு – அந்த
கண்காணா மெய்யினைக் காணுவதுண்டு

(வாழ்வென்னும் உயிர் அடர்காடு)

2

கவியென்னும் கிளைக்குயி லொன்று – அது
இளவேனில் ஈரத் துளிரினைத் தின்று
செவியேறாக் குரல் கம்மல் வென்று – தனது
சிறகின் விண் வேட்கையை மீறியே சென்று
வானத்துக் கிளையிலே ஏறும் – எழில்
கனிதன்னை உண்டுண்டு மெய்வரை மீறும்
மோனத்தைப் பாட்டிலே கீறும் – துன்பத்
தலகாலே இன்பத்துக் கதையினைக் கூறும்.

(வாழ்வென்னும் உயிர் அடர்காடு)

●

சிறிது வெளிச்சம், ப.131

26.
எதற்காக?

பாம்பே, படமெடுத்து நீ ஏன் இப்படி
மகுடி முன் மெய்மறந்து ஆடுகிறாய்?
பாம்பாட்டிக்குப் பிழைப்பளிக்கவா?
இல்லை, இல்லை!
ஆடியாடியுன் ஆவலைத் தீர்த்துக்கொள்ள!

ராதே! குழலோசை கேட்டேன் நீ
காதல் கொண்டு கானகமெல்லாம் ஓடுகிறாய்!
கண்ணனுக்குன் கண்ணோக்கின்ப மளிக்கவா?
இல்லை, இல்லை!
ஓடியோடியுன் உள்ளப் பூரிப்பைக் கொட்ட!

பெண்ணே, புருஷனுக்கேன் இப்படிப் பணிந்து
அடிமை போல இட்டதெல்லாம் செய்கிறாய்?
'பண்ணு' என்று சொல்லும் புருஷனுக் கஞ்சியா?
இல்லை, இல்லை!
இட்டதைச் செய்து செய்து உணர்ச்சியை அடக்க.

●

கலாமோகினி; *சிறிது வெளிச்சம்*, ப.139

27.
வேறோர் உருவம்

கண் கவர்வது காமிரா போலே
காண்பதற்குக் குறைவுதான்;
வட்டப்பரப்பில் விழுவது எப்போழ்தும்
உண்மையின் ஓர் உவமை போல்தான்.

செவி நுகர்வது சிறிதே என்பர்,
நுகராப் பெரிதே நாதம் என்பர்;
வானொலி விரிவு காதில் வீழ்வது விசையால் தானே
எனவே இந்திரியம் என்றும் குறுகியது.

மணமும் ருசியும் மங்கித்தான் சற்று
மூக்கிலும் நாக்கிலும் முட்டுகின்றன;
முழு உருவை முற்றிலும் ஏற்க இப்புலன்கள்
விரிவற்றி வியப்பே போலும்!

ஏற்றதும் வெளியே சொல்லில்
வருவது பொருளே அல்ல போல்
சொல் ஆளில் புதைந்து மாறி
வேறோர் உருவம் எனவே தோன்றுது.

•

சிறிது வெளிச்சம், ப.140

28.
பொங்கல்

'கருதெப் பெத்தப் புள்ளெத்தாச்சி
    வரப்புமேலே தூங்க
    வரப்புமேலே தூங்க,
வருது அறுப்பு, வருது அறுப்பு
    அரிவா கொண்டு வாங்க,
    அரிவா கொண்டு வாங்க!'
என்னு பள்ளப் புள்ளெ எல்லாம்
    அறுப்புப் பாட்டுப் பாட
பொன்னுப் பாம்பு போலப் பயிறு
    படமெடுத்து ஆட
வெய்ய வெள்ளெக் கோலம் போட்டு
    வெள்ளெயடிச்சுக் கிட்டு
பையத் தையும் தெருவில் வார சேதி
    பறைய டிச்சுக்கிட்டு!

வெட்டுவெட்டா வெய்யலேறிக்காய
கட்டுக்கட்டா களத்தெ தாளெகட்டி
கோட்டுக்கோட்டா தாளெ அடிச்சுத் தூத்தி
பொட்டுப் பொட்டா பதரெ பிரிச்சுப் போக்கி
முட்டுமுட்டா நெல்லெக் கூட்டிக் கூட்டி
சொட்டுச் சொட்டா சாணிப்பாலெ ஊத்தி
குறி போட்டுக் கோட்டை கட்டிவிட்டு
கரி தீட்டிக் காவல் வைத்துவிட்டு

வெளக்குவைக்க வூடுவந்து படுத்து
கௌக்கு வெளுக்க கருதெ வாங்கப் போயி
நெல்லெ நிறைய புளுக்கிவச்சி, குத்தி
தங்கம் போலே சுட்ட பானை வாங்கி
எல்லாத் தெய்வம் அல்லாம் கூட்டித் தொளுது
பொங்க வக்கறம் புள்ளெகுட்டி யோடெ!

●

கலாமோகினி; சிறிது வெளிச்சம், ப.142–143

29. விடுதலை

நமது நீண்ட இரவின் இருட்கனவு கலைந்த இக்காலையில்,
உருவற்ற உயர்நிலையின் வேட்கை முனையில் நிற்கும் நாம்,
ஏதாவதொரு நிச்சய புத்தியை அடைந்திருக்கிறோமா?
பருவகாலத்துப் பாம்பைப் போல இயற்கைச் சட்டையை
உரித்தெறிந்து வெளியேறிவிட்டோமா?

அன்று, சிறகாரச் சற்றிரங்கிக் கூட்டின்பம் கொண்ட
இக்கிளையிலிருந்து சிறகடித்துக்கொண்டு கிளம்பிவிட்டோமா?
ஒரேதாரில் இரட்டைக்காயாகக் கனிந்திருந்த நாம்
பழுத்துப் பிரிந்துவிட்டோமா? இல்லை, ஏன்?
அநுமானின் நிழலைப் பாய்ந்து பற்றும் சிம்மிகை போல
உயிரின் உணர்ச்சிச் சாயலை வாழ்க்கை பிடித்திழுக்கிறது.

●

சிறிது வெளிச்சம், ப.146

30.
கருவளையும் கையும் 9

முன் நாள் வாலிப விடியற்காலையில்
கட்டழகி யொருத்தி கனவினில் தோன்றினாள்;
மின்வடிவு மனத்திற் பதியுமுன் மறைந்தன
சட்டெனச் சொர்ணக்கை யிரண்டாங்கே.

கருவளையொலியில் கொள்ளை கொண்டென்னை
ஆழ்த்தின காதலில், கருத்திழந் துருகினேன்;
பருவமப்போது பெண் எழிற் குவியலில்
சூழ்ந்திருந்து சோர்வில் சுவை கண்ட காலம்.

கள்ளக் கைகளின் சூரிய வொளியில்
காலைக் கனவுகூட கண் கண்டதானதே!
உள்ளப் பூவை உதிர்த் துதிர்த்தெடுத்து
மாலை தொடுத் துடனே மங்கை கைக் கொடுத்தேன்.
சாற்றிய மாலையில் செந்தளிர்க் கைகள்
சொற் சற்றுமின்றி சைகை யொன்றுகாட்டி
போற்றிய பொழுதே பொக்கென மறைந்தன,
பொற் கனவு கலைந்தது, புதுவெறி நிலைத்தது!
வாழ்க்கையில் இன்றும் வைகறைக் காதலின்
பிரிவாற்றாப் பேதை பேரவாப் பிடித்து,
யாழுடன் திரிகிறேன், வரைகிறேன் அழகை
திரிதலும் வரைதலும் தணியவோ? இல்லை!

•

கிராம ஊழியன் மலர், 1944

31.
உயிர்தரிசனம்

இவ்வளவு அற்ற பின், பெண்ணே,
    எனக்கு இந்தப் பேறா?
எவ்வளவு மின்றியே இன்று,
    இப்பொழு தென் முன்
உடைந்த தோர் மொக்கின், மின்னும்
    மெது மலர் மார்பு போல்,
புடைந்தகன்ற பொட்டின், பாதிப்
    பிறை நிகர் பருப்பு போல்
புது வொளி பூக்கும் புத்துயிர்
    'பின் மாலை'ப் பதுமை போல்
வதுவுடை நீக்கிய விண் வடிவு
    விம்மிய வருணப் பொழ்தில்
மறைந்திருந்த வுன் மேனி
    மட்டிலா மண வின்பத்தை
உறைந் திருந்த அதன் உயிரின்
    உண்மைப் பேருருவைக் கண்டேன்!
கண்டந்தக் கலவியின் பேறில்
    உடல் மறந்த வுத்தம நிலையில்
உண்ட மது வுண்மையின் வெறியில்
    உயிர் வேண்டும் உயர்வைக் கண்டேன்!

•

கவிக்குயில், மலர் ஒன்று, 1946

பின்னிணைப்புகள்

பின்னிணைப்பு: 1

கவிதைகள்: வெளியீட்டு விவரம்

1. கவிதை, மணிக்கொடி, 08–09–1934.

2. கருவளையும் கையும் 1: பெண்மையின் பிறவி ரகசியம், மணிக்கொடி, 18–11–1934.

   இக்கவிதையின் இன்னொரு வடிவம் 'சிறிது வெளிச்சம்' தொகுப்பில் (ப.130) 'பெண்ணின் பிறவி ரகசியம்' என்னும் தலைப்பில் இடம்பெற்றுள்ளது. அவ்வடிவம் 'கிராம ஊழியன்' இதழில் வெளியானதாகச் 'சிறிது வெளிச்சம்' மூலம் அறிய முடிகிறது. விவரம் அறிய முடியவில்லை. அவ்வடிவமும் இதை அடுத்துக் கொடுக்கப்பட்டுள்ளது.

3. கருவளையும் கையும் 2: காரணம், மணிக்கொடி, 18–11–1934.

   இதன் இன்னொரு வடிவம் 'ஏன்' என்னும் தலைப்பில் 'கிராம ஊழியன்' 01–11–1944 இதழில் வெளியாகியுள்ளது. அது 'சிறிது வெளிச்சம்' (ப.126) தொகுப்பிலும் இடம்பெற்றுள்ளது. அவ்வடிவம் இதை அடுத்துக் கொடுக்கப்பட்டுள்ளது.

4. கருவளையும் கையும் 3: (தலைப்பில்லை) மணிக்கொடி, 09–12–1934.

   இதன் இன்னொரு வடிவம் 'சதையை மீறியது' என்னும் தலைப்பில் 'சிறிது வெளிச்சம்' தொகுப்பில் (ப.145) உள்ளது. அது 'கிராம ஊழியன்' இதழில் வெளியானதாகச் 'சிறிது வெளிச்சம்' மூலம் தெரிய வருகிறது. விவரம் அறிய முடியவில்லை. அவ்வடிவம் இதை அடுத்துக் கொடுக்கப்பட்டுள்ளது.

5. கருவளையும் கையும் 4: (தலைப்பில்லை) மணிக்கொடி, 09–12–1934.

   இதன் இன்னொரு வடிவம் 'எப்பொழுது?' என்னும் தலைப்பில் 'சிறிது வெளிச்சம்' (ப.127) தொகுப்பில் உள்ளது. அவ்வடிவம்

'கிராம ஊழியன்' இதழில் வெளியானதாகச் 'சிறிது வெளிச்சம்' மூலம் தெரிய வருகிறது. விவரம் அறிய முடியவில்லை. அவ்வடிவம் இதை அடுத்துக் கொடுக்கப்பட்டுள்ளது.

6. கருவளையும் கையும் 5: (தலைப்பில்லை) மணிக்கொடி, 06-01-1935

7. கருவளையும் கையும் 6: (தலைப்பில்லை) மணிக்கொடி, 06-01-1935

8. கருவளையும் கையும் 7: (தலைப்பில்லை) மணிக்கொடி, 13-01-1935.

இக்கவிதை 'இடைவேளை உருவம்' என்னும் தலைப்பில் 'சிறிது வெளிச்சம்'(ப.136) தொகுப்பில் உள்ளது. அவ்வடிவம் 'கிராம ஊழியன்' இதழில் வெளியானதாகச் 'சிறிது வெளிச்சம்' மூலம் தெரிய வருகிறது. விவரம் அறிய முடியவில்லை. தலைப்பு கொடுக்கப்பட்டுள்ளதைத் தவிர வடிவத்தில் மாற்றம் ஏதுமில்லை. அவ்வடிவமும் இதை அடுத்துக் கொடுக்கப்பட்டுள்ளது.

9. கருவளையும் கையும் 8: (தலைப்பில்லை) மணிக்கொடி, 13-01-1935

10. மாங்கனிச் சுவைப்பு, மணிக்கொடி 15-12-1936.

11. புத்த பகவான், மணிக்கொடி, 15-12-1936.

இக்கவிதை 'சிறிது வெளிச்சம்' (ப.137) தொகுப்பில் 'புத்தனுக்கு' என்னும் தலைப்பில் இடம்பெற்றுள்ளது. அதன் கடைசி வரி: 'புத்த, நீ, பகவான்' எனச் சேர்க்கப்பட்டுள்ளது. அவ்வடிவம் 'கிராம ஊழியன்' இதழில் வெளியானதாகச் 'சிறிது வெளிச்சம்' மூலம் தெரிய வருகிறது. விவரம் அறிய முடியவில்லை. அதுவும் இதை அடுத்துக் கொடுக்கப்பட்டுள்ளது.

12. நண்பனுக்கு, மணிக்கொடி, 15-02-1937.

மறுவெளியீடு: கிராம ஊழியன், 01-02-1945.

சிறிதுவெளிச்சம், ப.148.

இரு வடிவங்களுக்கும் வேறுபாடு காணப்படவில்லை.

13. கேள்வி, மணிக்கொடி, 01-03-1938.

இக்கவிதை 'என்னதான் பின்?' என்னும் தலைப்பில் 'சிறிது வெளிச்சம்' (ப.129) தொகுப்பில் இடம்பெற்றுள்ளது. அவ்வடிவம் 'கிராம ஊழியன்' இதழில் வெளியானதாகச்

'சிறிது வெளிச்சம்' மூலம் தெரிய வருகிறது. விவரம் அறிய முடியவில்லை. அதில் ஓரடி கூடுதலாகச்சேர்க்கப்பட்டுள்ளது. அவ்வடிவமும் இதை அடுத்துக் கொடுக்கப்பட்டுள்ளது.

14. கவிதைக்கு, மணிக்கொடி, *15–04–1938*. பாரத மணி, *03–09–1939*.

மறுவெளியீடு: தலைவியின் தேர்தல், கிராம ஊழியன், *1–10–1944*.

சிறிது வெளிச்சம், ப.*144*.

இக்கவிதை 'கிராம ஊழியன்' இதழில் 'தலைவியின் தேர்தல்' என்னும் தலைப்பில் வெளியாகியுள்ளது. பின்னர் 'சிறிது வெளிச்சம்' நூலிலும் உள்ளது. அவ்வடிவமும் இதை அடுத்துக் கொடுக்கப்பட்டுள்ளது.

15. விமோசனப் பள்ளு, ஹிந்துஸ்தான், *13–03–1938*. இக்கவிதை இத்தொகுப்பில்தான் முதலில் இடம்பெறுகிறது. இக்கவிதைக்கு முன்னுரையாகக் கீழ்க்கண்ட பகுதி கொடுக்கப்பட்டுள்ளது.

'மூன்று மாத அனுபவத்திற்குப் பின் பூரண மதுவிலக்கு, இந்த ஜில்லாவின் ஏழை ஜனங்களுக்கு ஓர் வரப்பிரசாதமாக வாய்த்துள்ளது என்று கூறலாம் . . .

'குடியினால் ஆயிரக் கணக்கான ஏழைக் குடும்பங்கள் துக்கத்தில் ஆழ்ந்து கிடந்தன. வீட்டில் சண்டையும் சோற்றுக்கில் லாத திண்டாட்டமும் கடன் தொல்லையும் மலிந்து கிடந்தன.

'மதுவிலக்கு அமுலுக்கு வந்த இந்த மூன்று மாதத்திற்குள் ளாகவே இந்த ஜில்லாவில் உள்ள ஆயிரக்கணக்கான ஏழைக் குடும்பங்களின் நிலைமை வியக்கத்தக்கவாறு சீர்திருந்திவிட்டது.

'குடும்பச் சண்டைகளும் புருஷன் – மனைவி அடிபிடிகளும் ஒழிந்துவிட்டன. கஞ்சிக்குக் குறைவில்லை. கடன்காரன் கெடுபிடியும் தொல்லையும் குறைந்துவிட்டது.'

சேலம் ஜில்லா கலெக்டர் (ஸ்ரீ ஏ.எப்.டபிள்யூ.டிக்ஸன், ஐ.சி.எஸ்.) சர்க்காருக்கு சமர்ப்பித்துள்ள அறிக்கையில் மேற்கண்டவாறு குறிப்பிடுகிறார். இனி விமோசனமடைந்த ஓர் ஏழைப் பெண்ணின் அறிக்கையை, அவள் பாடும் ஆனந்தப் பள்ளில் காண்க.

16. ராக்கி நெனப்பு, மணிக்கொடி, *15–04–1939*.

இக்கவிதை 'பாரதமணி'யில் வெளியானதாகச் 'சிறிது வெளிச்சம்' தகவல் தருகிறது.அதன் விவரம் அறிய முடிய வில்லை. மணிக்கொடி இதழில் வெளியானதற்கும் 'சிறிது

வெளிச்சம்' (ப.134–135) தொகுப்பில் உள்ள வடிவத்திற்கும் மிகச் சிறு மாற்றங்கள் உள்ளன. அவ்வடிவமும் நூலில் கொடுக்கப்பட்டுள்ளது.

17. கடற்கரைப் பெண், பாரதமணி, 05–02–1939.

இதழில் கவிதைத் தலைப்பை அடுத்துக் கீழ்வரும் குறிப்பு உள்ளது.

(கடற்கரை ஓரத்தில் அலைகள் வந்து திரும்பும் இடத்தில் ஒரு சிறுமி சித்திரப் பாவை போல நின்றுகொண்டு கிழக்கு திக்கை உற்று நோக்கிக்கொண்டு வெகுநேரம் நிற்கிறாள். மாலை மங்கி இரவு வரும் நேரம்.)

18. வாழ்க்கை, பாரததேவி, 20–08–1939.

மறுவெளியீடு: கிராம ஊழியன், 16–06–1945;
சிறிது வெளிச்சம், ப.133.

இக்கவிதை 'பாரததேவி' இதழில் வெளியானபோது 'பிராங்க் டௌன்ஷென்டு என்ற ஆங்கில கவியின் மூலத்திலிருந்து' என்னும் குறிப்பு அடைப்புக்குள் கொடுக்கப்பட்டுள்ளது. இக்குறிப்பு கிராம ஊழியன், சிறிது வெளிச்சம் தொகுப்புகளில் இடம்பெறாமல் கு.ப.ரா. வின் சொந்தக் கவிதை போலவே கொடுக்கப்பட்டுள்ளது. இக்கவிதை 'பாரத தேவி' இதழில் வெளியானதாகச் 'சிறிது வெளிச்சம்' குறிப்பு தருகிறது. எனினும் மொழிபெயர்ப்பு என்னும் தகவல் விடுபட்டுப் போயிருக்கிறது.

ஆனால் இக்கவிதை மொழிபெயர்ப்பாகும். கு.ப.ரா. மொழிபெயர்த்த ஒரே கவிதையாக இது மட்டுமே கிடைக்கிறது. *Frank Townshend* இன் *'Earth'* என்னும் தொகுப்பில் இக் கவிதை இடம்பெற்றுள்ளது. இந்நூல் 1929இல் முதல் பதிப்பு வெளியாகியுள்ளது. 2018இல் வெளியான மறுபதிப்பு நூலிலிருந்து மூலம் எடுத்துக் கொடுக்கப்பட்டுள்ளது.

Frank Townshend (1887 – ?): எந்த நாட்டைச் சேர்ந்தவர் என்று அறிய முடியவில்லை. முதல் உலகப் போரில் ஈடுபட்ட பிறகு தம் ஆன்மிகத் தேடலின் பொருட்டு இந்தியாவிற்கு வந்து ஏழு ஆண்டுகள் வாழ்ந்தார். அதன் பிறகு *'Heaven'*, *'Earth'* ஆகிய இருநூல்களை எழுதினார். தத்துவவாதி, கவிஞர், தீர்க்கதரிசி என இவரைப் பற்றி *'Earth'* நூலின் முன்னுரை குறிப்பிடுகிறது.

19. வாழ்க்கை வழி, சூறாவளி, 04–06–1939.

20. விரகம், சிறிது வெளிச்சம், ப.147. இக்கவிதை 'கிராம ஊழியன்' இதழில் வெளியானதாகச் 'சிறிது வெளிச்சம்' குறிப்பு

தருகிறது. விவரம் அறிய முடியவில்லை. மேலும் பாரதமணி, 14–04–1940இல் இக்கவிதை 'பிரிவாற்றாமை' என்னும் தலைப்பில் வெளிவந்ததாக அ.சதீஷ் குறிப்பு கொடுத்துள்ளார். அதன் விவரமும் அறிய முடியவில்லை.

21. பொன் ஏர், பாரதமணி, 14–01–1941;

மறுவெளியீடு: 'ஏர் புதிதா ?', கிராம ஊழியன், 16–09–1944; சிறிது வெளிச்சம், ப.141.

இக்கவிதை கு.ப.ரா.வின் இறப்புக்குப் பிறகு 'கிராம ஊழியன்' இதழில் 'ஏர் புதிதா ?' என்னும் தலைப்பில் வெளியிடப் பட்டுள்ளது. 'சிறிது வெளிச்சம்' தொகுப்பிலும் 'ஏர் புதிதா ?' என்னும் தலைப்பிலேயே இடம்பெற்றுள்ளது. பாரதமணி யில் வெளியான வடிவத்திற்கும் கிராம ஊழியன், சிறிது வெளிச்சம் தொகுப்புகளில் வெளியான வடிவத்திற்கும் சில வேறுபாடுகள் உள்ளன. இருவடிவங்களும் இத்தொகுப்பில் கொடுக்கப்பட்டுள்ளன.

22. யோகம் கலைதல், இதழ் 9, சித்ரபானு, ஐப்பசி(1 நவம்பர் 1942). கலாமோகினி இதழ்த் தொகுப்பு; சிறிது வெளிச்சம், ப.138.

23. கவிதைப் பெண்ணுக்கு, கிராம ஊழியன், 16–11–1944; சிறிது வெளிச்சம், ப.132.

இக்கவிதையின் முதல் வெளியீட்டு விவரம் தெரியவில்லை. கு.ப.ரா.வின் இறப்புக்குப் பிறகு 'கிராம ஊழியன்' இதழில் வெளியிடப்பட்டுள்ளது.

24. உரம், சிறிது வெளிச்சம், ப.128. இக்கவிதையின் முதல் வெளியீட்டு விவரம் அறிய இயலவில்லை.

25. கவி, சிறிது வெளிச்சம், ப.131.

இக்கவிதை 'கலாமோகினி' இதழில் வெளியானதாகச் 'சிறிது வெளிச்சம்' தகவல் தருகிறது. 'கலாமோகினி, சித்ரபானு, மாசி 1' என அ.சதீஷ் கொடுத்துள்ளார். உறுதிப்படுத்த இயலவில்லை.

26. எதற்காக ?, சிறிது வெளிச்சம், ப.139.

இக்கவிதை 'கலாமோகினி' இதழில் வெளியானதாகச் 'சிறிது வெளிச்சம்' தகவல் தருகிறது. 'கலாமோகினி' இதழில் வெளியானதாக வல்லிக்கண்ணன் தம் 'புதுக்கவிதையின் தோற்றமும் வளர்ச்சியும்' நூலிலும் குறிப்பிடுகிறார். உறுதிப்படுத்த இயலவில்லை.

27. வேறோர் உருவம், சிறிது வெளிச்சம், ப.140.

    இக்கவிதை 'கிராம ஊழியன்' இதழில் வெளியானதாகச் 'சிறிது வெளிச்சம்' குறிப்பு உள்ளது. 'கிராம ஊழியன், 15–12–1943' என அ.சதீஷ் கொடுத்துள்ளார். அதை உறுதிப் படுத்த இயலவில்லை.

28. பொங்கல், சிறிது வெளிச்சம், ப.142–143.

    இக்கவிதை 'கலாமோகினி' இதழில் வெளியானதாகச் 'சிறிது வெளிச்சம்' தகவல் தருகிறது. உறுதிப்படுத்த இயலவில்லை.

29. விடுதலை, சிறிது வெளிச்சம், ப.146. இக்கவிதை 'கிராம ஊழியன்' இதழில் வெளியானதாகச் 'சிறிது வெளிச்சம்' குறிப்பு கூறுகிறது. விவரம் அறிய முடியவில்லை.

30. கருவளையும் கையும் 9 : (தலைப்பில்லை) கிராம ஊழியன் மலர், 1944.

31. உயிர் தரிசனம், கவிக்குயில், மலர் ஒன்று, 1946.

    (இதுவரை அச்சில் வராதது) – எனக் குறிப்பு உள்ளது. இக்கவிதை அ.சதீஷ் பதிப்பில் உள்ளது. கவிக்குயில் 15–02–1937 எனக் கொடுத்துள்ளார். அது தவறு.

● ● ●

பின்னிணைப்பு: 2

கவிதைகள்: முந்தைய தொகுப்புகளில் இடம்பெற்ற விவரம்

க.

சிறிது வெளிச்சம்

(கு.ப.ராஜகோபாலன், சிறிது வெளிச்சம், இதுவரை புத்தக ரூபத்தில் வெளிவராத கதை, கவிதை, குறுநாவல் தொகுப்பு, 1969, வாசகர் வட்டம், சென்னை.)

1. ஏன்?
2. எப்பொழுது?
3. உரம்
4. என்னதான் பின்?
5. பெண்ணின் பிறவி ரகசியம்
6. கவி
7. கவிதைப் பெண்ணுக்கு
8. வாழ்க்கை
9. ராக்கி நெனப்பு
10. இடைவேளை உருவம்
11. புத்தனுக்கு
12. யோகம் கலைதல்
13. எதற்காக?
14. வேறோர் உருவம்

15. ஏர் புதிதா?

16. பொங்கல்

17. தலைவியின் தேர்தல்

18. சதையை மீறியது

19. விடுதலை

20. விரகம்

21. நண்பனுக்கு

உ.

கு.ப.ரா. படைப்புகள்: நாடகங்களும் கவிதைகளும்

(அ.சதீஷ், ப.ஆ., கு.ப.ரா. படைப்புகள்: நாடகங்களும் கவிதைகளும், 2010, அடையாளம், புத்தாநத்தம்)

1. கருவளையும் கையும் (எட்டுக் கவிதைகள்)

2. புத்தனுக்கு

3. நண்பனுக்கு

4. தலைவியின் தேர்தல்

5. கடற்கரைப் பெண்

6. ராக்கி நெனப்பு

7. வாழ்க்கை வழி

8. வாழ்க்கை

9. விரகம்

10. வேறோர் உருவம்

11. உயிர் தரிசனம்

12. விடுதலை

13. சதையை மீறியது

14. பொங்கல்

15. ஏர் புதிதா?

16. எதற்காக?

17. யோகம் கலைதல்

18. கவிதைப் பெண்ணுக்கு

19. கவி

20. பெண்ணின் பிறவி ரகசியம்

21. என்னதான் பின்?

22. உரம்

23. எப்பொழுது?

24. ஏன்

ங.

மணிக்கொடி கவிதைகள்

(தொகுப்பும் பதிப்பும்: ய.மணிகண்டன், மணிக்கொடி கவிதைகள், 2016, காலச்சுவடு பதிப்பகம், நாகர்கோவில்.)

1. கருவளையும் கையும் (எட்டுக் கவிதைகள்)
2. மாங்கனிச் சுவைப்பு
3. புத்த பகவான்
4. நண்பனுக்கு
5. கேள்வி
6. கவிதைக்கு
7. ராக்கி நெனப்பு

•••

பின்னிணைப்பு: 3

வாழ்க்கைக் குறிப்பு

கு.ப.ரா. 1902ஆம் ஆண்டு (1901?) ஜனவரியில் பிறந்தார். தெலுங்கு பிராமணர். கர்ணகம்மா பிரிவைச் சேர்ந்தவர். பெற்றோர்: பட்டாபிராமய்யர், ஜானகியம்மாள். சகோதரிகள் இருவர். அக்கா ராஜம்மாள். தங்கையாகிய கு.ப. சேது அம்மாளும் எழுத்தாளர்.

தந்தையார் தென்னிந்திய ரயில்வேயில் வேலை செய்த காரணத்தால் திருச்சியில் குடும்பம் வசிக்க நேர்ந்தது. திருச்சியில் உள்ள கொண்டையம் பேட்டையில் பள்ளிப் படிப்பையும் நேஷனல் கல்லூரியில் இண்டர்மீடியட் படிப்பையும் கு.ப.ரா. முடித்தார். 1918இல் இண்டர்மீடியட் படித்துக்கொண்டிருந்த போது அவரது தந்தை இறந்தார்.

தந்தையின் மறைவிற்குப் பிறகு குடும்பம் கும்பகோணம் சென்றது. அங்கு 1921இல் அரசு கல்லூரியில் சேர்ந்து பி.ஏ. பயின்றார். சமஸ்கிருதத்தைச் சிறப்புப் பாடமாக எடுத்துக்கொண்டார். அங்கு செயல்பட்ட 'ஷேக்ஸ்பியர் சங்கம்' என்னும் அமைப்பில் ஈடுபாட்டுடன் பங்கேற்றார். தம் கவிதைகளை அச்சங்கக் கூட்டங்களில் வாசித்தார். ந.பிச்சமூர்த்தி அவர்கள் கு.ப.ரா. வின் பக்கத்து வீட்டுக்காரர். கல்லூரியிலும் ஒரே சமயத்தில் பயின்றவர்கள். இருவரும் எழுத ஆரம்பித்த பிறகு 'இரட்டையர்கள்' எனக் குறிப்பிடப்பட்டனர்.

1925 (அல்லது 1926)ஆம் ஆண்டு திருமணம். துணைவியார் சுப்பலட்சுமி என்கிற அம்மணி அம்மாள். மகன்கள் மூவர்: பட்டாபிராமன், ராஜாராமன், கிருஷ்ணமூர்த்தி. கு.ப.ரா. இறந்த சில ஆண்டுகளிலேயே அவரது மனைவியும் இளைய மகன்கள் இருவரும் இறந்தனர். மூத்த மகன் பட்டாபிராமன் தஞ்சாவூரில் நீண்டகாலம் வசித்து வந்தார். சில ஆண்டுகளுக்கு

முன் இறந்துவிட்டார் எனத் தெரியவருகிறது. மகன்கள் எவரும் திருமணம் செய்துகொள்ளவில்லை.

பிறகு மதுரை மாவட்டம் மேலூர் வட்டத்தில் எழுத்தராகக் கு.ப.ரா. அரசு வேலையில் சேர்ந்தார். வருவாய் ஆய்வாளராகப் பதவி உயர்வு பெற்றார். பத்தாண்டுகள் அரசுப் பணியாற்றினார். அப்போது அவர் சில ஆண்டுகள் கொடுமுடிப் பகுதியிலும் பணியாற்றியிருக்கக் கூடும். தம் முப்பத்திரண்டாம் வயதில் ஏற்பட்ட கண்புரை நோயின் காரணமாகப் பார்வை இழந்து வேலையிலிருந்து நீண்ட விடுப்புப் பெற்றார். டாக்டர் ஆர். மகாலிங்கம் அவர்களிடம் சிகிச்சை பெற்றுப் பார்வை திரும்பியது. எனினும் அரசு வேலை கிடைக்கவில்லை.

படைப்புகளில் தீவிரமாக ஈடுபட்டார். 1930களில் வெளியான *சுதந்திரச் சங்கு, காந்தி, மணிக்கொடி* உள்ளிட்ட இதழ்களில் எழுதினார். 1936இல் *தமிழ்நாடு* இதழில் உதவியாசிரியராகப் பணியாற்றினார். 1937இல் குடும்பத்தோடு சென்னையில் குடியேறினார். 1938இல் *பாரதமணி* இதழிலும் பின்னர் 1939இல் வெளியான *பாரததேவி* இதழிலும் துணையாசிரியராகப் பணிபுரிந்தார்.

பின் கும்பகோணத்திற்கே திரும்பி 'மறுமலர்ச்சி நிலையம்' என்னும் பெயரில் புத்தக விற்பனை நிலையம் தொடங்கினார். வீட்டுத் திண்ணையில் அது நடந்தது. 1942இல் *கிராம ஊழியன்* இதழின் கௌரவ ஆசிரியராகவும் பின்னர் ஆசிரியராகவும் இருந்தார்.

காங்கரின் என்னும் நோயால் பாதிக்கப்பட்டு 1944ஆம் ஆண்டு ஏப்ரல் 27ஆம் நாள் காலமானார்.

●

(கு.ப.ரா.வின் வாழ்க்கைக் குறிப்பு இதுவரை எந்த நூலிலும் முறையாக எழுதப்படவில்லை. அவரைப் பற்றிய கட்டுரைகளிலிருந்தும் நூல்களிலிருந்தும் மேற்கண்ட தகவல்கள் ஓரளவு திரட்டப்பட்டுள்ளன.)

❖

அருஞ்சொல் அகராதி

1.	ஆகர்ஷணம்	– ஈர்ப்புச் சக்தி
2.	ஆதனம்	– சொத்து
3.	ஆலிங்கனம்	– தழுவுதல்
4.	இந்திரியம்	– பொறி; சுக்கிலம்
5.	உருமத்து நேரம்	– இருள் லேசாகப் படர்ந்த மாலை நேரம்
6.	ஐச்வரியம்	– (ஐசுவரியம்) செல்வம்
7.	கைய்ப்பு	– (கைப்பு) கசப்பு; வெறுப்பு
8.	சிம்மாதனம்	– (சிம்மாசனம்) அலங்காரமான ஆசனம்; அரச இருக்கை.
9.	சிம்மிகை	– ஓர் அரக்கி
10.	சொற்பனம்	– (சொப்பனம்) கனவு
11.	சோடு	– (ஜோடு) இணை; செருப்பு
12.	சௌந்திரியம்	– (சௌந்தரியம்) அழகு
13.	துளைகிறோம்	– நீரில் விளையாடுதல்; துவாரம் செய்தல்; ஊடுருவுதல்; வருத்துதல்
14.	பிரசன்னம்	– தெளிவு; மகிழ்ச்சி; ஒருவர் ஓரிடத்தில் தோன்றும் நிலை.
15.	பிரஸன்னம்	– காண்க: பிரசன்னம்
16.	பூச்சிக்கட்டு	– ஒருவகை அணிகலன்
17.	பைய	– மெல்ல
18.	மகடி	– மகுடி
19.	மட்டிழத்தல்	– எல்லை கடத்தல்; அளவை மீறுதல்
20.	மாதுரியம்	– இனிமை
21.	வதுவுடை	– மணமகள் உடை; திருமண உடை.
22.	வனப்பு	– அழகு
23.	வாரநெல்லு	– பங்கு நெல்
24.	விமர்சை	– ஆடம்பரம்; சிறப்பான ஏற்பாடுகள்

●●●

தலைப்பகராதி

இடைவேளை உருவம் / 53

உயிர்தரிசனம் / 31

உரம் / 78

எதற்காக? / 80

எப்பொழுது? / 49

என்னதான் பின்? / 60

ஏர் புதிதா? / 75

ஏன் / 45

கடற்கரைப் பெண் / 68

கருவளையும் கையும் 1 / 42

கருவளையும் கையும் 2 / 44

கருவளையும் கையும் 3 / 46

கருவளையும் கையும் 4 / 48

கருவளையும் கையும் 5 / 50

கருவளையும் கையும் 6 / 51

கருவளையும் கையும் 7 / 52

கருவளையும் கையும் 8 / 54

கருவளையும் கையும் 9 / 85

கவி / 79

கவிதை / 41

கவிதைக்கு / 61

கவிதைப் பெண்ணுக்கு / 77

கேள்வி / 59

சதையை மீறியது / 47

தலைவியின் தேர்தல் /62

நண்பனுக்கு / 58

புத்த பகவான் / 56

புத்தனுக்கு / 57

பெண்மையின் பிறவி ரகசியம் / 42

பொங்கல் / 82

பொன் ஏர் / 74

மாங்கனிச் சுவைப்பு / 55

யோகம் கலைதல் / 76

ராக்கி நெனப்பு / 64

"ராக்கி நெனப்பு" / 66

வாழ்க்கை / 70

வாழ்க்கை வழி / 72

விடுதலை / 83

விமோசனப் பள்ளு / 63

விரகம் / 73

வேறோர் உருவம் / 81

●●●

காலச்சுவடு பப்ளிகேஷன்ஸ் (பி) லிட்.
Published by Kalachuvadu Publications Pvt. Ltd.,
669, K.P. Road, Nagercoil 629001, India
Phone: 91-4652-278525
e-mail: publications@kalachuvadu.com

10/2022/S.No. 1111, kcp 3855, 18.6 (2) rss